AF148664

லெனின்: முதல் காம்ரேட்

ஆசிரியரின் பிற அரசியல் நூல்கள்

லெனின்

முதல் காம்ரேட்

மருதன்

கிழக்கு

லெனின்: முதல் காம்ரேட்
Lenin: Mudhal Comrade
Marudhan ©

First Edition: April 2007
168 Pages

ISBN: 978-81-8368-331-9
Title No. Kizhakku 214

Kizhakku Pathippagam
177/103, First Floor,
Ambal's Building, Lloyds Road,
Royapettah, Chennai 600 014.
Ph: +91-44-4200-9603

Email : support@nhm.in
Website : www.nhm.in

Author's Email : marudhan@gmail.com

Kizhakku Pathippagam is an imprint of New Horizon Media Private Limited

This book is sold subject to the condition that it shall not, by way of trade or otherwise, be lent, resold, hired out, or otherwise circulated without the publisher's prior written consent in any form of binding or cover other than that in which it is published and without a similar condition including this the rights under copyright reserved above, no part of this publication may be reproduced, stored in or introduced into a retrieval system, or transmitted in any form or by any means (electronic, mechanical, photocopying, recording or otherwise), without the prior written permission of both the copyright owner and the above-mentioned publisher of this book.

அன்புடன்

பெரியம்மா சந்திராவுக்கு.

புரட்சிப் பாதை

1. தேவை வேறு பாதை

'விளதீமிர் இங்கே வா!'

தலையைக் குனிந்து ஏதோ எழுதிக்கொண்டிருந்த விளதீமிர் சட்டென்று நிமிர்ந்தான். ஆசிரியரின் முகம் மாறியிருந்தது. கையில் ஒரு கடிதம், நடுக்கம். விளதீமிர் ஆசிரியரை நெருங்கினான்.

'விளதீமிர் இந்தக் கடிதத்தை அமைதியாகப் படி.'

'என்ன கடிதம்?'

'உன் உறவுக்காரர் எழுதியிருக்கிறார்.'

'எனக்கா?'

'இல்லை, உன் அம்மா மரியாவுக்கு. ஆனால் முதலில் படிக்க வேண்டியது நீதான்.'

விளதீமிர் குழப்பத்துடன் அந்தக் கடிதத்தைப் பிரித்தான். மொத்தம் இரண்டே வரிகள். அவசர அவசரமாகக் கிறுக்கப்பட்டிருந்தன.

'ஜார் மன்னனைக் கொல்ல முயன்ற குற்றத்துக்காக அலெக்ஸாந்தர் உலியானவ் கைது செய்யப்பட்டுள்ளார். கூடவே, ஆன்னாவும் கைது செய்யப்பட்டுள்ளார்.'

‘ஐயோ!’

விளதீமிரின் கையிலிருந்து அந்தக் கடிதம் கீழே நழுவி விழுந்தது.

‘பதற்றப்படாதே விளதீமிர். அலெக்ஸாந்தர் உன் சகோதரன் தானே?’

விளதீமிர் தலையசைத்தான். அவன் கண்கள் கலங்கியிருந்தன.

‘அழக் கூடாது. அவருக்கு ஒன்றும் ஆகாது. நீதான் உன் அம்மா விடம் இந்த விஷயத்தை மெல்ல எடுத்துச் சொல்ல வேண்டும். இனி நீ கிளம்பலாம்.’

கலங்கிய கண்களோடு தனது புத்தகங்களை அள்ளிப் போட்டுக் கொண்டு, வகுப்பறையை விட்டு வெளியில் ஓடத் தொடங்கி னான் விளதீமிர்.

●

முழுப்பெயர் விளதீமிர் இலியீச் உலியானவ் (Vladimir Ilich Ulianov). ஆன்னா, அலெக்ஸாந்தர் இருவரும் விளதீமிருக்கு மூத்தவர்கள். விளதீமிருக்குப் பிறகு பிறந்தவர்கள் ஓல்கா, திமீத்ரி மற்றும் மரியா. (அம்மாவின் பெயர்தான் மகளுக்கும்).

பல விஷயங்களில் விளதீமிர், அலெக்ஸாந்தருக்கு நேர் எதிர். சத்தம் போட்டு கத்திப் பாடுவான். மற்றவர்கள் பேசுவதைப் போலவே பேசி கிண்டல் செய்வான். வீட்டில் உள்ள பொம்மை களை கை வேறு கால் வேறாகப் பிய்த்துப் போடுவான். அட்ட காசம். ஆர்ப்பாட்டம். அராஜகம். விளதீமிர் நுழைந்துவிட்டால் வீடே இரண்டாக உடைந்துவிடும். ஆனால், அலெக்ஸாந் தருக்கோ, அமைதியாக இருப்பதைத் தவிர வேறு எதுவுமே தெரியாது.

ஒரு முறை, அனைவரும் குடும்பத்தோடு படகில் சென்று கொண் டிருந்தனர். பரந்து விரிந்திருந்த கடலைக் கண்டதும் விளதீமி ருக்கு உற்சாகம். அங்கும் இங்கும் ஓடிக் கொண்டே ‘ஹோ’ வென்று பெரும் சத்தத்துடன் கத்த ஆரம்பித்துவிட்டான்.

மரியா அவனை அமைதிப்படுத்த முயன்றார்.

‘உஷ், இப்படி எல்லாம் கத்தக் கூடாது!’

‘இந்தக் கப்பலே கத்திக் கொண்டுதானே இருக்கிறது. நான் கத்தினால் என்ன அம்மா?’

சொல்லிவிட்டு மீண்டும் கத்த ஆரம்பித்தான். தவிரவும், தன்னுடன் இணைந்து சுருதி மாறாமல் கத்தச் சொல்லி ஓல்காவையும் கேட்டுக் கொண்டான். விளதீமிரைவிட பதினெட்டு மாதங்கள் இளையவள் ஓல்கா. குதிரை வால் கொண்டை. துறுதுறு.

சத்தம் போட்டு ஓடியாடி விளையாடிக் கொண்டிருந்தபோது, விளதீமிரின் பார்வை எதேச்சையாக அலெக்ஸாந்தரின் பக்கம் திரும்பியது. அமைதியாக ஒரு மூலையில் அமர்ந்து, ஏதோ ஒரு புத்தகத்தைப் பிரித்து வைத்துக் கொண்டு வாசித்துக் கொண்டிருந் தான். விளதீமிர் கத்துவதை அவன் ஒரு பொருட்டாகக்கூட மதித்ததாகத் தெரியவில்லை.

விளதீமிர் தனக்குள் நினைத்துக் கொண்டான். எந்த விளையாட்டி லும் பங்கு கொள்ள மாட்டேன் என்கிறார். இவர் வாழ்ந்து கொண்டிருப்பது எந்த உலகத்தில்?

பெரிதாக அராஜகம் செய்ய வேண்டாம். குறைந்தது பிறரை சிணுங்கவாவது செய்ய வேண்டுமல்லவா? அதைக்கூட செய்ய மாட்டேன் என்கிறாரே!

The Little Kid என்று ஒரு பாடல். குழந்தைகள் அனைவரும் அந்தப் பாடலை ஒன்று சேர்ந்து பாடுவது வழக்கம். விளதீமிரின் தம்பி திமீத்ரிக்கு மட்டும் அந்தப் பாடல் அவ்வளவாகப் பிடிக்காது. காரணம், அந்தப் பாடலின் இறுதி வரியில் ஓநாய்கள் ஒன்று கூடி ஒரு குட்டிப் பையனைக் கடித்துச் சாப்பிட்டுவிடும்.

திமீத்ரி பாடிக் கொண்டே இருப்பான். இறுதி வரி வரும்போது மௌனமாகிவிடுவான். ஓநாய் என்றால் அவனுக்கு பயம் என்று விளதீமிருக்குத் தெரியும். சும்மா விடமாட்டான். அவன் காதருகே வந்து இறுதி வரியை மட்டும் திரும்பத் திரும்ப கத்திப் பாடுவான். ‘முடிவில், அந்தக் குட்டிப் பையனை அந்த ஓநாய்கள் சாப்பிட்டு விட்டதாம்.’ திமீத்ரி ‘ஓ’வென்று சத்தம் போட்டு அழுவதும் மரியா ஓடி வந்து விளதீமிரைச் சத்தம் போடுவதும் இயல்பாக நடைபெறும் சமாசாரம்.

விளதீமிரும் அலெக்ஸாந்தரும் இணைந்தது ஒரே ஒரு புள்ளியில் மட்டுமே. படிப்பு. சொல்லிக் கொடுத்தப் பாடங்களை விட

அதிகமாகவே தெரிந்து வைத்திருப்பான் விளதீமிர். வீட்டுப் பாடங்களை மிச்சம் வைக்காமல் சிரத்தையாகச் செய்துவிடு வான். குறும்பு செய்யும்போதெல்லாம், அவனை அதிகம் அதட்ட முடியாமல் போனதற்கு இதுவும் ஒரு காரணம்.

வீட்டில் உள்ள அத்தனைக் குழந்தைகளின் மனத்திலும் அழுத்த மாகப் பதிந்து போன ஒரு நிகழ்ச்சி இது. பள்ளியிலிருந்து நேராகத் தன் தந்தையின் அறையை நோக்கி ஓடி வருவான் விளதீமிர். தொப்பிக்குள் அடங்காமல் அவன் தலைமுடி துருத் திக் கொண்டிருக்கும். உள்ளே நுழையும்போதே, சத்தம் பலமாக இருக்கும். 'அப்பா, அப்பா... அல்ஜீப்ராவில் நான்தான் முதல். கிரேக்கத்தில் முதல். வரலாற்றில் முதல். புவியியலில் முதல். எல்லாவற்றிலும் முதல். ரிப்போர்ட் இதோ.'

●

ஒரு முறை, லின்னட் என்று சொல்லப்படும் ஒரு வகைப் பறவையை விளதீமிர் வலை வீசிப் பிடித்தான். சிறிய கூண்டு ஒன்று தயார் செய்யப்பட்டது. ஆசையாசையாக அந்தப் பறவையைக் கூண்டில் வைத்துப் பாதுகாத்தான்.

ஒரு சில தினங்களில் அந்தப் பறவை இறந்துவிட்டது. எப்படி இறந்தது? தெரியவில்லை. எல்லோரும் விளதீமிரைத் திட்ட ஆரம்பித்தனர்.

இறந்து கிடந்த அந்தப் பறவையை உற்றுப் பார்த்தான் விளதீமிர்.

'இனி என் வாழ்நாளில் பறவை வளர்க்க மாட்டேன்.'

உடைந்து போன விளதீமிரைத் தேற்றி ஆறுதல் சொன்னான் அலெக்ஸாந்தர்.

'வா, ஆற்றங்கரைக்குப் போகலாம்.'

மறு வார்த்தை பேசாமல் நடக்க ஆரம்பித்தான் விளதீமிர்.

இருவரும் ஆற்றங்கரையில் அமர்ந்தனர்.

'நீ மிகவும் மென்மையாக இருக்கிறாய் விளதீமிர். இறந்துபோன ஒரு பறவைக்காக அதிகம் வருத்தப்படுகிறாய். தவறில்லை. ஆனால், இந்த உலகம் பெரியது. நீ பல விஷயங்களைக் கற்றுக் கொள்ள வேண்டும்.'

'எது போன்ற விஷயங்கள்?'

'நிறைய.'

நிறைய என்றுதான் அலெக்ஸாந்தர் சொன்னாரே தவிர என்ன என்று குறிப்பாகச் சொல்லவில்லை.

ஆனால் அன்று தொடங்கி விளதீமிர் தன் சகோதரனின் நட வடிக்கைகளைக் கூர்ந்து கவனிக்க ஆரம்பித்தான். என்னைப் போல் அடாவடியாகக் கத்திக் கொண்டிருக்காமல் அமைதியாக இருக்கிறான். தனி அறையில் கதவைச் சாத்தி வைத்துக் கொண்டு எதைப் பற்றியோ சிந்தித்துக் கொண்டிருக்கிறான். அவனுடைய நண்பர் வட்டம் என்னுடையதைப் போல் இல்லாமல் சாதுவாக இருக்கிறது. அவர்கள் விளையாடுவ தில்லை. பேசுகிறார்கள். எதைப் பற்றியோ விவாதிக்கிறார் கள். அலெக்ஸாந்தர் உண்மையாகவே ஓர் அறிவாளியாகத் தான் இருக்க வேண்டும்.

விளதீமிரின் நடவடிக்கைகள் மாறத் தொடங்கின.

அலெக்ஸாந்தர் என்ன செய்கிறானோ அதை அப்படியே செய் தான் விளதீமிர். அலெக்ஸாந்தர் காபி அருந்தினால் இவனும் காபி. தேநீர் என்றால் தேநீர். ஆற்றங்கரைக்கு மாலை நடந்து போனால் கூடவே ஒட்டிக் கொண்டான். கால் மேல் கால் போட்டுக் கொண்டு படித்தால், இவனும் அப்படியே.

வீட்டில் இருப்பவர்கள் இந்த மாற்றத்தைக் கவனிக்க ஆரம் பித்தனர்.

'சாப்பிட வா, விளதீமீர்.'

'அண்ணா எப்போது சாப்பிடுகிறாரோ அப்போது வருகிறேன்.'

'என்ன சாப்பிடப் போகிறாய்?'

'அண்ணா எதைச் சாப்பிடப் போகிறாரோ அதை.'

தேவாலயத்துக்குச் செல்வதிலும், பைபிள் வாசிப்பதிலும் அலெக்ஸாந்தர் ஆர்வம் காட்டவில்லை என்று தெரிந்ததும் விளதீமிரும் அவ்வாறே செய்ய ஆரம்பித்தான். 'என் சகோதர னுக்கு கடவுள் நம்பிக்கை இல்லை. ஆகவே, எனக்கும்.'

தன் கழுத்தில் தொங்கிக் கொண்டிருந்த சிலுவையை அலெக் ஸாந்தர் கழற்றி வைத்திருந்ததைக் கண்டுக் கொண்ட விளதீமிர் உடனடியாகத் தன்னுடைய சிலுவையையும் கழற்றி வைத்தான்.

எந்த விஷயத்தில் சந்தேகம் வந்தாலும் தன் சகோதரனிடம் கேட்டுத் தெளிவடைய ஆரம்பித்தான் விளதீமிர். பாடங்கள் என்றில்லை. தான் பார்த்த, கேள்விப்பட்ட அத்தனை விஷயங் களையும் பற்றி அலெக்ஸாந்தரிடம் பேசினான். ஒவ்வொரு விஷயத்தையும் அலெக்ஸாந்தர் எப்படி அணுகுகிறான் என்று தெரிந்து கொள்ள விரும்பினான். தெரிந்து கொண்டான்.

'நாம் ஒரு முறை கப்பலில் சென்றோமே நினைவிருக்கிறதா அலெக்ஸாந்தர்?'

'ம், நினைவிருக்கிறது.'

'அந்தக் கப்பலில் ஓர் இன்ஜின் அறை இருந்தது. அந்த அறையில் இருந்த வேலையாள்கள் மிக, மிகக் கடினமான வேலைகளைச் செய்துகொண்டிருந்தார்கள். நான் உள்பட எல்லோரும் சத்தம் போட்டு விளையாடிக் கொண்டிருந்தபோது அவர்கள் மட்டும் தொடர்ந்து வேலை செய்துகொண்டே இருந்தார்கள்.'

'பரவாயில்லையே, நீ அவர்களைக் கவனித்ததே பெரிய விஷயம் தான்.'

'ஒரு முறை அந்த அறைக்குள் நுழைந்து பார்த்தேன். ஒரே வெப் பம்; பெட்ரோல் நாற்றம் வேறு. ஆனால், அவர்கள் தொடர்ந்து கரியைத் தள்ளிக் கொண்டே இருந்தனர். அவர்கள் உண்மை யாகவே பாவம்தான். இல்லையா? அவர்களைப் பற்றி ஏன் யாரும் கவலைப்படுவதில்லை?'

தலைமுடி காற்றில் பறக்க, கண்களை இடுக்கிக் கொண்டு கேள்விகள் கேட்கும் தன் இளைய சகோதரனை பெருமை பொங்கப் பார்த்தான் அலெக்ஸாந்தர். தன் சகோதரனின் தோள் மீது கையைப் போட்டபடி நிறைய பேசினான் அலெக்ஸாந்தர்.

அது நாள் வரை அலெக்ஸாந்தரின் அறையைக்கூட எட்டிப் பார்க் காத விளதீமிர், அவன் அறையிலேயே பழியாகக் கிடந்தான். அலெக்ஸாந்தர் வாசித்துக் கொண்டிருந்த புத்தகங்களைக் கையில் பிரித்து வைத்துக் கொண்டு மேய ஆரம்பித்தான்.

'அண்ணா, எதற்காக இந்தப் புத்தகங்களைப் படிக்கிறாய்? இவை பாடப் புத்தகங்களா? பார்ப்பதற்கு அப்படித் தெரியவில்லையே? எனில், எதற்காக இவ்வளவு நூல்களைப் படிக்க வேண்டும்? எதைப் பற்றிய புத்தகங்கள் இவை? இவ்வளவையும் படிப்பதால் என்ன பயன்? இன்னொரு விஷயம் அண்ணா. அரசியல், அரசியல் என்று சொல்கிறார்களே, அப்படி என்றால் என்ன?'

அலெக்ஸாந்தர் பொறுமையாகச் சொல்லிக் கொடுத்தான். ரஷ்யாவைப் பற்றி. ஜார் அரசாங்கம் பற்றி, ஏழைமைப் பற்றி, வசதி வாய்ப்புள்ளவர்கள் ஏழைகளை ஏய்ப்பதைப் பற்றி, கரும்புச் சக்கையாக தொழிலாளர்கள் கசக்கிப் பிழியப்படுவது பற்றி, அடக்குமுறையைப் பற்றி.

'இவற்றைப் பற்றிதான் நீங்கள் தொடர்ந்து வாசித்துக் கொண்டிருக்கிறீர்களா?'

'ஆமாம்.'

'என்னாலும் இந்தப் புத்தகங்களை வாசிக்க முடியுமா?'

'நிச்சயமாக.'

விளதீமிர், மாற ஆரம்பித்தான். கத்தி, ஆர்ப்பாட்டம் செய்வதை நிறுத்திக் கொண்டான். வேடிக்கைகளை ஒதுக்கி வைத்தான். ஓநாய் பாடலைப் பாடி திமீத்ரியை பயமுறுத்துவதை நிறுத்திக் கொண்டான்.

தனியாக உட்கார்ந்து யோசித்தான். அலெக்ஸாந்தர் அறிவாளி. அவன் அளவுக்கு வளர்வதற்குக் காலம் பிடிக்கும். அவன் வாசித்த அத்தனைப் புத்தகங்களையும் வாசித்து முடிப்பதற்குள் ஆயுள் காலம் முடிந்தாலும் முடிந்துவிடும். தவிரவும், அவனுக்கு ஏராளமான பொது அறிவு உண்டு. ரஷ்யா மட்டுமின்றி, உலகிலுள்ள அத்தனை நாடுகளையும் பற்றித் தெரிந்து வைத்திருக்கிறான். உலகெங்குமுள்ள தொழிலாளர்களின் நிலை குறித்து நிறைய வாசிக்கிறான். சிந்திக்கிறான். பிரெஞ்சுப் புரட்சி என்கிறான். பாரீஸ் கம்யூன் என்கிறான். பொருள்முதல் வாதம் என்கிறான். காரல் மார்க்ஸ் என்கிறான்.

அலெக்ஸாந்தர் அளவுக்கு இல்லாவிட்டாலும், நானும் ஏதாவது செய்யத்தான் வேண்டும். எங்கிருந்தாவது ஆரம்பிக்க வேண்டும். உடனே.

ஆனால், அதற்குள் இந்தக் கடிதம்.

பொத்துக் கொண்டு வந்த அழுகையை அடக்கியபடி ஓடிக் கொண்டிருந்தான் விளதீமிர்.

ஜார் மன்னரைக் கொல்ல முயன்ற குற்றத்துக்காக அலெக்ஸாந்தர் கைது செய்யப்பட்டிருக்கிறான். ஆ, இது உண்மைதானா? அண்ணா, இவர்கள் சொல்வது உண்மைதானா? மெய்யாகவே, நீ மன்னரைக் கொல்ல முயன்றாயா?

எத்தனை பெரிய அறிவாளி நீ. எத்தனை அழகாகச் சிந்திப்பாய். எத்தனை அற்புதமாக சொல்லிக் கொடுப்பாய். இதுநாள் வரை என்னை வழிநடத்தியது நீதானே! இப்போதுதானே கற்றுக்கொள்ள ஆரம்பித்திருக்கிறேன். அதற்குள் இப்படி ஒரு தடையா?

அலெக்ஸாந்தர்! ஸிம்பெர்ஸ்க் பல்கலைக் கழகத்திலிருந்து தங்க மெடல் வாங்கியிருக்கிறாய். செயிண்ட் பீட்டர்ஸ்பெர்க் பல்கலைக் கழகத்தில் கொடி கட்டிப் பறந்திருக்கிறாய். உயிரியல் மற்றும் வேதியியலில் நீ செய்த சில கண்டுபிடிப்புகளைக் கண்டு பல்கலைக்கழகமே உன்னைத் தலையில் தூக்கி வைத்துக் கொண்டாடியிருக்கிறது. மறக்க முடியாத தருணங்கள் அவை.

உலகப் புகழ்பெற்ற பல அறிவியல் ஆராய்ச்சியாளர்கள் கூட எங்கிருந்தோ பறந்து வந்து உன்னைச் சந்தித்து உன்னுடன் கைகுலுக்கிக் கொண்டார்களே? அவர்கள் பெயர்கள் கூட இப்போது என் நினைவில் இல்லையே!

ஜார் மன்னர். ஆ, நீ அடிக்கடி உச்சரித்த பெயர் அல்லவா இது. அடக்குமுறையின் குறியீடு என்றுதானே நீ அவரை வருணித்தாய்? அதனால்தான் அவரைக் கொல்ல நினைத்தாயா அலெக்ஸாந்தர்?

சகோதரி ஆன்னா, உன்னையுமா கைது செய்திருக்கிறார்கள்? ஏன்?

இல்லை. யோசிப்பதற்கு இது நேரமில்லை. அம்மாவைத் தேற்ற வேண்டும். ஆக வேண்டிய காரியம் என்ன என்று பார்க்க வேண்டும்.

படாரென்று கதவைத் திறந்து கொண்டு உள்ளே நுழைந்தான் விளதீமிர். ஒரே மூச்சில் மொத்த விஷயத்தையும் சொல்லி முடித்தான். உடைந்து அழுத தாயைத் தேற்றினான். 'பயப்படாதீர்கள்

அம்மா. அலெக்ஸாந்தருக்கும் ஆன்னாவுக்கும் ஒன்றும் ஆகாது. ஏதோ தவறுதலாக அவர்களைக் கைது செய்திருக்கிறார்கள். இதோ, நாம் சென்று அவர்களை அழைத்து வந்துவிடலாம்.'

வாசல் கதவைப் பூட்டிக் கொண்டு கிளம்ப ஆயத்தமானார்கள்.

பக்கத்து வீட்டு ஜன்னல் திறந்து கொண்டது.

'பார்த்தாயா அழகை! அலெக்ஸாந்தரைக் கைது செய்துவிட்டார் களாமே? என்ன செய்தானோ!'

எதிர் வீட்டு ஜன்னலிடமிருந்து மறுமொழி.

'எல்லாம் அப்பா சொல்லிக் கொடுத்த பாடம்தான். பள்ளிக்கூடம் கட்டுகிறேன் என்று சொல்லிக் கொண்டு அரசாங்கத்தை விரோதித்துக் கொண்டார். இப்போது, பையன். ஆனானப்பட்ட மன்னரையே அல்லவா கொல்ல முயன்றிருக்கிறான்!'

அருகில் இருந்த கதவு திறந்தது.

'அது மட்டுமா? ஆன்னாவையும் அல்லவா கூடவே கைது செய்தி ருக்கிறார்கள். அவளுக்கும் கூட இதில் பங்கு இருக்கிறது என்றே நினைக்கிறேன்.'

'அப்பப்பா, இந்தக் குடும்பத்தில் உள்ள எல்லோரும் இப்படித் தான் போலிருக்கிறது. இவர்களில் யாரை நம்புவதென்றே தெரியவில்லை.'

'இவர்களுடன் எப்படி இனி அச்சமில்லாமல் பழக முடியும்? ஆண்டவன்தான் நம்மையெல்லாம் காப்பாற்ற வேண்டும்.'

தன் தந்தையைப் பற்றி அவர்கள் பேசிக் கொண்ட விதம் விளதீ மிரை எரிச்சலடைய வைத்தது. இன்னமும் கூட ஏன் அவரைப் பற்றி யாரும் புரிந்து கொள்ளவில்லை?

•

இலியா நிக்கலாயெவிச் உலியானவ் (Ilya Nikolayevich Ulyanov) என்று பெயர். எதைச் செய்யாதே என்று அரசாங்கம் சொல் கிறதோ, அதை மட்டுமே செய்தவர். 'புத்தகங்கள் படித்து கெட்டுப் போகாதே' என்றது அரசாங்கம். வீட்டில் அரிசி, பருப்பு இருக்கிறதோ, இல்லையோ புத்தகங்களுக்கு என்றும் குறை விருக்காது. இயற்பியல், தத்துவம், வரலாறு, இலக்கியம் என்று

ஒவ்வொரு துறைக்கும் ஒரு குட்டி மலை அளவுக்குப் புத்தகங்கள் சேர்த்து வைத்திருந்தார்.

'எதிர்த்துப் பேசாதே, அடங்கி இரு' என்றது அரசாங்கம். இலியா நிக்கலாயெவிச் உலியானவ் தம்முடைய மாணவர்களுக்கு திரும்பத் திரும்பச் சொல்லும் விஷயம் இதுதான். 'கேள்வி கேள். கலகம் செய்.'

இலியா உலியானவைப் பார்த்து ஸிம்பீர்ஸ்க் (Simbirsk) நகரம் பல சமயங்களில் குழம்பியிருக்கிறது. பள்ளி ஆசிரியர். ஓரளவுக்குத் நல்ல சம்பளம். அக்கடா என்று நிம்மதியாகக் காலை நீட்டிப் படுத்துக் கிடப்பதை விட்டுவிட்டு எதற்கு இந்த வேண்டாத வேலை?

இலியாதான் இப்படி என்றால் அவர் மனைவி மரியா அலெக்ஸாந்திரவ்னா அவருக்கு மேல். அக்கம் பக்கத்திலிருப்பவர்கள் எத்தனையோ முறை சொல்லிச் சொல்லி அலுத்துவிட்டார்கள். 'எங்களைப் பார். எவ்வளவு உத்தமமாகக் குடித்தனம் நடத்துகிறோம். உன் புருஷன் மட்டும் ஏன் இப்படி இருக்கிறார்? ஏன் ஊர் ஊராகச் சுற்றிக் கொண்டிருக்கிறார்? அவருக்கு எதற்கு இந்தப் பிள்ளை பிடிக்கும் வேலை? ஒழுங்கு மரியாதையாக அடக்கி வை. இல்லையென்றால், பிரச்னை உனக்குத்தான்.'

திடீரென்று இரண்டு, மூன்று வாரங்களுக்குக் காணாமல் போய்விடுவார் இலியா. வோல்கா நதிக்கரையில், ஏதாவது ஒரு கிராமத்தில், ஏதாவது ஒரு மூலையில் உட்கார்ந்து அந்தப் பகுதியிலுள்ள குழந்தைகளை உட்கார வைத்து வகுப்புகள் எடுத்துக் கொண்டிருப்பார். அவர் தலையைப் பார்த்தாலே பலர் தங்கள் வீட்டுக் குழந்தைகளை ஒளித்து வைத்துக் கொள்வது வழக்கம். 'ஐயய்யோ, எங்க வீட்ல படிக்கிற வயசுல யாரும் இல்லையே'

சிலர் வெளிப்படையாகக் கேட்டே விடுவார்கள். 'உங்களுக்குத்தான் வேறு ஜோலி இல்லை. ஊர் ஊராகச் சுற்றிக் கொண்டிருக்கிறீர்கள். எங்கள் வீட்டுக் குழந்தைகளுக்கு நிறைய வேலை இருக்கிறது. அவர்கள் வேலை செய்தால்தான் அடுப்பு பொங்கும். உங்களுக்குப் புண்ணியமாகப் போகும். போய்விட்டு வாருங்கள்.'

இன்னமும் தீவிரமாகப் பிள்ளைப் பிடிப்பார் இலியா. பெற்றோர்களைக் கூட்டி வைத்துப் பேசுவார். 'படிக்க வேண்டிய குழந்தை

களை வேலைக்கு அனுப்பாதீர்கள். குழந்தைகளை அடிமைகளாக மாற்றாதீர்கள். உங்களுக்குத்தான் நல்ல வாழ்க்கை கிடைக்க வில்லை. உங்கள் குழந்தைகளாவது நன்றாக இருக்கட்டும்.'

சிலருக்குப் புரிந்தது. பலருக்குப் புரியவில்லை. புரிந்தவர்கள் இலியாவின் பின்னால் அணி திரண்டார்கள். எல்லோரும் ஒன்று சேர்ந்து கிராமம், கிராமமாக சிறு சிறு கூடாரங்கள் அமைத் தார்கள். சில ஆசிரியர்களையும் தயார் செய்தார்கள். வகுப்புகள் ஆரம்பித்தன. புரியாதவர்கள் ஒதுங்கிக் கொண்டார்கள். அவரால் பிரச்னை வருமோ என்று பயந்தார்கள்.

அப்படித்தான் நடந்தது.

முதல் பள்ளிக்கூடம் எழும்பி நின்ற மறுகணமே, அரசாங்க அதிகாரிகள் விழித்துக் கொண்டனர். இலியா உலியானவைச் சந்தித்துப் பேசினார்கள். பள்ளிக்கூடம் நடத்துவது எப்பேர்ப் பட்ட தேசத் துரோகம். சுட்டிக் காட்டினார்கள். எச்சரித்தார்கள். அதட்டினார்கள். மிரட்டினார்கள்.

அரசாங்க அதிகாரிகளுடன் பண்ணையார்களும் சேர்ந்து கொண் டனர். எல்லா குழந்தைகளும் படித்து அறிவாளியாகிவிட்டால் பிறகு எங்கள் கதி? வேலை செய்ய யார் வருவார்கள்? உன் தாத்தாவா?

இலியா எதற்கும் மசியவில்லை. வோல்கா நதி கரையைச் சுற்றிச் சுற்றி வந்தார். அங்கே இங்கே சேகரித்து குருவி கூடு கட்டுவதைப் போல் பள்ளிக்கூடம் கட்டினார். எவர் கையிலும் சிக்கவில்லை அவர். ஒரு பறவையாகச் சிறகு விரித்திருந்தார். உள்ளே பொங்கிய கனவுகள் கண்களில் ததும்பின ஸிம்பீர்ஸ்க் முழுவதும் பள்ளிக்கூடங்களால் நிரம்பி விடுவதைப் போல்; வோல்கா கரை முழுவதும் பள்ளிக்கூடங்கள் முளைத்துவிடுவது போல்; வோல்கா மட்டுமல்ல, ரஷ்யா முழுவதிலும்.

விளதீமிருக்குத் தன் தந்தையைப் பார்க்கும்போது ஆச்சரியமாக இருக்கும். எந்தக் கேள்வி கேட்டாலும் கூப்பிட்டு உட்கார வைத்து பதில் சொல்வார். தூங்கும்போது எழுப்பி சந்தேகம் கேட் டால் கூட எரிந்து விழ மாட்டார். தனக்குச் சமமான ஒரு நபரிடம் பேசுவதுபோல் பேசுவார். தான் சொல்வது சரிதான் என்பதை நிரூபிப்பதைப் போல் புத்தகங்கள் கொண்டு வந்து அக்கறை யுடன் காண்பிப்பார்.

தன் தந்தையின் கையைப் பிடித்துக் கொண்டு உலவுவது விளதீ மிருக்குப் பிடித்தமான விஷயம். பார்ப்பது குறித்தெல்லாம் பேசலாம். பள்ளிக்கூடத்தைப் பற்றி மனம் விட்டுப் பேசலாம். பாடங்களை விவாதிக்கலாம். போரடித்தால், கதை சொல்லச் சொல்லி கேட்கலாம்.

1886-ம் ஆண்டு, ஜனவரி மாதம். விளதீமிர் தனது பதினாறாவது பிறந்தநாளை நெருங்கிக் கொண்டிருந்த சமயம். இலியா உலியானவ் திடீரென்று இறந்து போனார். குடும்பம் இடிந்து உட்கார்ந்து விட்டது. ஈடுசெய்யவே முடியாத பெரும் சோகம் அது.

•

மீள்வதற்குள் அலெக்ஸாந்தரின் கைது.

செயிண்ட் பீட்டர்ஸ்பெர்க் வந்தாகிவிட்டது. ஆனால், சிறையில் இருந்த அலெக்ஸாந்தரையும் ஆன்னாவையும் அத்தனைச் சுலபத் தில் பார்க்க முடியவில்லை. பல வாரங்கள் பீட்டர்ஸ்பெர் கிலேயே காத்திருந்தார்கள். இறுதியில், மரியாவை மட்டும் சிறைச்சாலைக்குள் அனுமதித்தார்கள்.

தயங்கித் தயங்கி உள்ளே நுழைந்தார் மரியா. உடன் ஒரு காவலாளி.

'இதோ உன் மகன். பேசிக்கொள்.'

ஒரு பேராசிரியராக வந்திருக்க வேண்டிய மகன். வீட்டுப் பொறுப்பை ஏற்றுக் கொண்டு சம்பாதிக்க வேண்டியவன். இப்போது சிறையில். அதுவும் கொலைப் பழி. உடைந்து அழுத மரியாவை, அமைதிப்படுத்தினான் அலெக்ஸாந்தர்.

'என்னை மன்னித்துக் கொள்ளுங்கள் அம்மா. வேறு வழி தெரியவில்லை.'

'அப்படியானால் உண்மையிலேயே...!'

'அம்மா, விரைவில் நீங்கள் எல்லாவற்றையும் புரிந்துகொள் வீர்கள்.'

என்ன செய்வது? என்னதான் சொல்வது? அமைதியாக வெளி யேறிவிட்டார் மரியா. ஆன்னாவையும் சென்று சந்தித்தார். ஒரு சில நிமிடங்கள் பேசிவிட்டு கனத்த இதயத்துடன் வெளியேறினார்.

சிறைக்கு வெளியே காத்திருந்த விளதீமிர் துள்ளிக் குதித்து ஓடி வந்தான்.

'அம்மா, அலெக்ஸாந்தர் என்ன சொன்னார்?'

'நீதிமன்றத்தில்தான் இனி அவனைப் பார்க்க வேண்டியிருக்கும்.'

'அவனை விடுவித்துவிடுவார்களா, அம்மா?'

மரியா, விளதீமிரை அணைத்துக் கொண்டார்.

●

வழக்கு, விசாரணைக்கு வந்தது. சுடச்சுட, தன் பக்க நியாயத்தை முன் வைத்தான் அலெக்ஸாந்தர்.

'சந்தேகமேயில்லாமல் ஜார் ஒரு கொடுங்கோல் மன்னர். இதைச் சொல்வதில் எனக்குச் சிறிதளவு பயமும் இல்லை. ஜார் ஆட்சி யில் இருக்கும்வரை ரஷ்யர்களுக்கு ஒருபோதும் நிம்மதி இல்லை. ஆகவே, அவரை அகற்றுவது என்று முடிவு செய் தோம். சட்ட ரீதியாக அவரை ஒன்றும் செய்ய முடியாது. அரசியல் ரீதியான மாற்றத்தையும் ஏற்படுத்த முடியாது. ஆகவே, இந்தக் கொலைத் திட்டம்.'

கைகளை உயர்த்தி ஆவேசமாகப் பேசும் தன் மகனை பயத்துடன் பார்த்தார் மரியா. அவரது பார்வையில் பெருமிதமும் கலந்திருந் தது. இலியா உயிரோடிருந்தால், அலெக்ஸாந்தரைப் பார்த்து நிச்சயம் என்னைப் போலவே பெருமிதம் அடைந்திருப்பார்.

1888. மார்ச் 8-ம் தேதி அலெக்ஸாந்தர் தூக்கிலிடப்பட்டார். சாட்சியங்கள் கிடைக்காததால் ஆன்னா விடுதலை செய்யப் பட்டார். அப்போது விளாதீமிருக்கு பதினெட்டு வயது.

தன் சகோதரனின் அறையில் உட்கார்ந்திருந்தான் விளதீமிர். மேஜையில் புத்தகங்கள் கலைந்து கிடந்தன. பக்கத்தில் ஒரு பேனா. சில காகிதங்கள். வெறுமை. கொல்லும் வெறுமை.

அலெக்ஸாந்தரின் கட்டிலை வாஞ்சையுடன் தொட்டுப் பார்த்தான் விளதீமிர். இனி என் வாழ்க்கையை நானே வாழவேண்டும். வழிகாட்ட யாருமில்லை. அப்பாவும் இல்லை. அண்ணனும் இல்லை.

அலெக்ஸாந்தர் எழுதி வைத்திருந்த குறிப்புகளைப் பார்வையிட் டான். ஆரம்பத்தில், ஓர் அட்சரம் கூடப் புரியவில்லை. ஊன்றிக்

கவனித்தபோது, சில விஷயங்கள் புரிந்தன. ஜார் பற்றிய குறிப்புகள் வந்ததும், நிமிர்ந்து உட்கார்ந்தான் விளதீமிர்.

வாசிக்க வாசிக்க இதயமே நின்றுவிடும் போல் இருந்தது விளதீமிருக்கு. அலெக்ஸாந்தரின் தீவிர ஜார் எதிர்ப்புச் சிந்தனைகள் விளதீமிரைத் தீ போல் பற்றிக் கொண்டன. அலமாரியில் அடுக்கி வைக்கப்பட்டிருந்த பிற புத்தகங்களைச் சிறிது சிறிதாக வாசிக்க ஆரம்பித்தான்.

●

'அலெக்ஸாந்தரைப் போன்ற ஒரு வீரமிக்க இளைஞனை நான் இதுவரை சந்தித்ததில்லை, ஆன்னா.'

'நல்லது விளதீமிர். நீ நிறைய வாசிக்க ஆரம்பித்திருக்கிறாய் என்று நினைக்கிறேன்.'

'ஆம், அவரது அறையிலிருந்துதான் வருகிறேன். அலெக்ஸாந்தரின் கையெழுத்துப் பிரதிகள் சிலவற்றைப் படித்தேன். தவிரவும், ரஷ்யாவைப் பற்றியும் ஜார் மன்னராட்சியைப் பற்றியும் தெரிந்து கொள்ள முடிந்தது. காரல் மார்க்ஸின் புத்தகங்களையும் பார்த்தேன். அவற்றையும் படிக்கத்தான் போகிறேன்.'

'நீ ஒரு படிப்பாளியாக மாறியதில் எனக்கு மிகவும் மகிழ்ச்சி விளதீமிர்.'

'அலெக்ஸாந்தரைப் பற்றிய எனது அபிப்பிராயம் என்ன தெரியுமா?'

'என்ன?'

'அவரது சிந்தனைகள் சரியானவை. அவரது கோபங்கள் மிக மிக நியாயமானவை. ஒடுக்கப்பட்டவர்களுக்காகப் போராட வேண்டியது நம் கடமை. ஜார் ஆட்சியை அகற்றினால்தான் தொழிலாளர்கள் விடுவிக்கப்படுவார்கள். ஆனால், அதற்காக ஜாரைக் கொல்வது சரியாக இருக்குமா?'

'நீ என்ன சொல்ல வருகிறாய்?'

'நாம் வேறு பாதையில் செல்ல வேண்டும் என்று சொல்கிறேன்.'

தன் தம்பி விளதீமிர், லெனின் ஆகத் தொடங்கியிருந்த விஷயம் அப்போது ஆன்னாவுக்குத் தெரியவில்லை.

2. சரித்திரத்தின் நிறம் சிவப்பு

ஜார் மன்னர் இரண்டாம் அலெக்ஸாண்டர் சில விஷயங்களில் மிகத் தெளிவாக இருந்தார்.

'ரஷ்யா என்னுடையது. ரஷ்யாவின் வளங்கள் என் னுடையது. மக்கள் என்பவர்கள் என் அடிமைகள். நான் இட்ட பணிகளை என் விருப்பத்துக்கு ஏற்றாற்போல் நிறைவேற்றுவது மட்டுமே அவர் களுடைய வேலை. என்னை எதிர்த்து, யாரும் கேள்வி கேட்கக் கூடாது. எதிர்க் கருத்து, மாற்றுக் கருத்து, வெங்காயக் கருத்து எதுவும் கூடாது. நான் காலால் இடும் பணிகளைத் தலையால் நிறை வேற்றுவது மட்டுமே மக்களின் பணி. கீழ்ப்படி வதற்கு மட்டும் உரிமை உண்டு.

நான்தான் அரசாங்கம். நான்தான் ரஷ்யா. நாட்டை விட, மக்களை விட, எனது முறுக்கு மீசை எனக்கு முக்கியம். எனக்கு நான் முக்கியம். நான் மட்டுமே முக்கியம். மக்களைப் பற்றியெல்லாம் அநாவசிய மாகச் சிந்தித்து, நேரத்தை வீணாக்க என்னால் முடியாது. இருக்கும் இன்பங்களை அனுபவிக்கவே நேரமில்லை.

என்னைப் பார்த்து சர்வ ஜீவராசிகளும் நடுங்க வேண்டும். சொல் பேச்சு கேட்டால் பிழைத்துப்

போ என்று விட்டுவிடுவேன். மீறினால், தொலைத்து விடுவேன். மனித உரிமையாவது, மண்ணாங்கட்டி உரிமையாவது?

அரசாங்க அதிகாரிகளும் அமைச்சர்களும் ஜாருக்கு ஏற்ற மூடிகளாக இருந்தனர். உட்கார் என்றால் உட்கார்ந்தார்கள். நில் என்றால் நின்றார்கள். கொல் என்றால் கொன்றார்கள்.

ரஷ்யர்களைப் பொறுத்தவரை, இதுதான் வாழ்க்கை. இதுதான் விதி. ஜார், சகித்துக் கொள்ள வேண்டிய சாத்தான். அடித்தாலும் உதைத்தாலும் அவர்தான். இரண்டாம் அலெக்ஸாண்டர் இல்லை என்றால் இருபத்தோராம் அலெக்ஸாண்டர். ஆள் மாறுவார்கள். ஆட்சி மாறப் போவதில்லை.

கல்வி இல்லை. உணவு இல்லை. உரிமை இல்லை. ஆடு, மாடு போல்தான் விவசாயிகளும் தொழிலாளர்களும் நடத்தப் பட்டனர். ஆனாலும், வேறு மார்க்கம் கிடையாது. தொண்டைக் குள் சிக்கிய முள்ளை விழுங்கவும் முடியாது. துப்பவும் முடி யாது. ஜார், ஒரு முள்.

வேலை கிடைப்பது குதிரைக்கொம்பு. அப்படியே கிடைத் தாலும் எத்தனை மாதங்களுக்கு அல்லது வாரங்களுக்கு வேலை செய்ய முடியும் என்று சொல்ல முடியாது. அப்படியே செய்தாலும் சம்பளத்துக்கு உத்தரவாதம் கிடையாது. சட்டையை மாட்டிக் கொண்டு, வீட்டை விட்டு வெளியே கிளம்பினால் எத்தனை மணி நேரங்களுக்குப் பிறகு வீட்டுக்கு வருவோம் என்று தெரியாது. பதினெட்டு மணி நேரம், இருபத்து நான்கு மணி நேரம் என்று தொடர்ச்சியாக நாள் கணக்கில், வாரக் கணக்கில் இயந்திரங்களோடு இயந்திரங்களாக மாறி, துருப் பிடித்துச் சாக வேண்டியதுதான்.

ஒரு தொழிலாளி, வேலை செய்து கொண்டிருக்கிறான். இயந் திரங்களை பழுது பார்க்கும்போது, அசதி காரணமாக அவனது கை பல் சக்கரத்தில் சிக்கிக் கொள்கிறது. அலறுகிறான். துடிக்கி றான். மேற்பார்வையாளர்கள் உடனடியாக விரைந்து வருகிறார் கள். அந்தக் கணமே இயந்திரம் பழுது பார்க்கப்படுகிறது. நல்லது என்று, கையை கழுவிக் கொண்டுச் சென்று விடுகி றார்கள். அடிபட்ட தொழிலாளி? இனி அவன் உதவ மாட்டான். அவனை வீட்டுக்கு அனுப்பி விட்டு, வேறு ஆளை அமர்த்த வேண்டியதுதான். நஷ்ட ஈடு? ம்ஹூம். அவனால் தொழிற்

சாலைக்குத்தான் நஷ்டம். தொழிலாளிகளுக்குப் பஞ்சமில்லை. ஒருவன் செத்தால் இன்னொருவன்.

ஒரு வீட்டில் பத்து, பதினைந்து தொழிலாளர்கள் தங்கியிருப்பது என்பது சர்வசாதாரணம். அதுவும், வீடு என்றால் வீடு கிடை யாது, ஓர் அறை மட்டுமே. அந்த அறைகூட ஒழுங்காக இருக் காது. பாழடைந்து போயிருக்கும். சுவர் முழுக்கக் கரியும், அழுக்கும் சேர்ந்துபோயிருக்கும். வெள்ளையடிக்கவோ, சிறு சிறு திருத்தங்கள் செய்யவோ காசிருக்காது. பட்டிகளில் அடைக்கப்பட்ட விலங்குகளைப்போல வாய் பேசாமல் அடங்கி யிருப்பார்கள். வியர்வை நாற்றம் அறை முழுவதும் நிறைந்திருக் கும். இன்று நீ, நாளை நான். முறை போட்டுக்கொண்டுதான் உறங்க வேண்டியிருக்கும்.

வேறு வழியில்லை. இப்படித் தான் வாழவேண்டும். வாழ்ந்தார்கள்.

ரஷ்யாவில் பண்ணையார்கள் மட்டும்தான் மனிதர்கள். 1649-ம் ஆண்டு விதிக்கப்பட்ட சட்டவிதிகள்படி, விவசாயிகள், அவர் களுடைய குடும்பத்தினர், உற்றார், உறவினர் என்று பரம் பரையே பண்ணையார்களின் உடைமைகள். பண்ணையில் வேலை செய்பவன் பண்ணையடிமை. அவ்வளவுதான். குதிரை, உழவு மாடு போல் அவனும் ஒரு பிராணி. தேவைப்படும் போதெல்லாம் சொடக்குப் போட்டுக் கூப்பிட வேண்டிய பிராணி. செய்யச் சொல்லும் வேலையைச் செய்து முடிக்கும் பிராணி. பிடிக்கும் வரை வைத்திருந்து, பிடிக்காமல் போனால் அல்லது நோய்வாய்ப்பட்டால் விற்றுவிட வேண்டிய பிராணி.

அடிமைகளைத் துன்புறுத்தாத பண்ணையார்களை விரல் விட்டு எண்ணிவிடலாம். சவுக்கால் அடி பின்னி எடுத்துவிடுவார்கள். தேவை ஏற்பட்டால் தயங்காமல் கொலை செய்வார்கள். ஆடுகளை, மாடுகளை, அடிமைகளைக் கொல்வதை யாரும் பெரிதாக எடுத்துக் கொள்வதில்லை. அடிமைகள், தப்பிச் செல்லவும் முடியாது. தப்பியவர்கள் பிடிபடும் போது, குரூரமாக சித்திரவதைச் செய்யப்படுவது வழக்கம். எனவே தப்பிச் செல்வ தாகக் கனவு கூடக் காண முடியாது. மொத்தத்தில், அடிமைகளாக இருப்பதைத் தவிர அவர்களுக்கு வேறு வழி கிடையாது.

சிறுபான்மை மக்கள் சிலர் கோபம் கொண்டார்கள். ஏதாவது செய்ய வேண்டும். சகிக்க முடியவில்லை. ஆட்சி மாறவேண்டும்.

ஆளாவது மாறவேண்டும். மக்களாட்சி வரத் தாமதமானாலும் இந்த மன்னனை ஒழித்துக் கட்டினால் கொஞ்சம் தாற்காலிக நிம்மதி வரும். மக்கள் முட்டாள்களல்லர். குறைந்தபட்சம் எப்போதும் முட்டாள்களாக இருக்க மாட்டார்கள். ஏதாவது செய்யவேண்டும். என்ன செய்யலாம்? எப்படிச் செய்யலாம்?

மன்னரை ஒழிக்கும் யோசனை பல பேருக்கு இருந்தது உண்மை. இப்படி யோசித்துக் கொண்டிருந்த கோஷ்டிகளுள் ஒன்று, நரோத்னயா வோல்யா (Narodnaya Volya). 'மக்கள் சக்தி' என்று அர்த்தம்.

1879 ஆகஸ்டு மாதம் பிறந்த சக்தி. முக்கிய நோக்கம், உழுபவர் களுக்கு நில உரிமை பெற்றுத்தர வேண்டும். அப்படிச் செய்ய வேண்டும் என்றால் பண்ணையார்களுக்கெல்லாம் பண்ணை யாராக இருக்கும் ஜார் மன்னரை ஒழித்துக் கட்ட வேண்டும். காரணம், நிலமெல்லாம் அவருடையது. அல்லது அவரது பினாமிகள், அல்லது அவரது ஆதரவைப் பெற்றவர்கள். விவசாயிகள் வேலை மட்டுமே செய்ய முடியும். உழுதால் கூலி; அழுதால் உதை.

சுமார் ஐம்பது பேர் கொண்ட குழு நரோத்னயா வோல்யா. ஆரம்பத்தில் அமைதியான முறையில் நீதி பெறுவதற்கான முயற்சிகளை மேற்கொள்ளவே உத்தேசித்திருந்தார்கள். ஊர் வலம், பொதுக்கூட்டம், உண்ணாவிரதம் போன்ற கெட்ட காரி யங்களைச் செய்தவர்கள்தாம். இதற்கெல்லாம் ஜார் அசைந்து கொடுக்க மாட்டார் என்று தெரிந்ததும், சரி, உனக்குப் புரிந்த மொழியிலேயே பேசுகிறேன் என்று முடிவு செய்ததன் விளைவு தான் மன்னரைக் கொல்ல எடுத்த முடிவு.

நாட்டுத் துப்பாக்கிகளும் கையெறி குண்டுகளும் புழக்கத்துக்கு வந்துவிட்ட காலம் அது.

ஆகவே, தமது திட்டத்துக்குத் தேவையான குண்டுகள், ஜெலட் டின் குச்சிகள், துப்பாக்கிகளை வாங்கிச் சேகரித்துவிட்டு, தக்க தருணத்துக்காகக் காத்திருந்தார்கள்.

அவர்கள் களத்தில் இறங்குவதற்கு முன்னரே இரண்டு முறை மன்னர் மீதான கொலை முயற்சிகள் நடைபெற்றிருக்கின்றன. பீட்டர்ஸ்பர்க்கில் ஓர் ஓவியக் கண்காட்சியைத் திறந்து வைத்து, சொற்பொழிவாற்றித் திரும்பிய மன்னரைச் சுட்டுக் கொல்ல

யாரோ முயற்சி செய்தார்கள். தப்பித்துவிட்டார். அடுத்த முறை ஓர் அணிவகுப்பு மரியாதை நிகழ்ச்சியின்போது, அலெக்சாண்டர் ஸோலொவிவ் என்கிற முப்பத்துமூன்று வயது புரட்சிக்காரன் நேருக்கு நேர் சுட்டுக்கொல்ல முடிவு செய்து, வரிசையில் நின்றிருக்க, அவன் தன் பேண்ட் பாக்கெட்டிலிருந்து துப்பாக்கியை எடுப்பதைப் பார்த்து விட்டு ஒரே ஓட்டமாக ஓடி விட்டார் மன்னர்.

மூன்றாவது முயற்சியை நரோத்னயா குழுவினர் ஆரம்பிக்கிறார்கள். கோடை விடுமுறையைக் கொண்டாடி விட்டு, ரயிலில் வீடு திரும்புகிறார் என்பதைத் தெரிந்து கொண்டு, ரயில்பாதையில் குண்டு வைத்து விட்டுக் காத்திருந்தார்கள். ரயில் வந்ததே தவிர, ஜார் வரவில்லை.

தனது முயற்சியில் சற்றும் மனம் தளராத புரட்சியாளர்கள், பிப்ரவரி 5, 1880 அன்று மன்னரின் அரண்மனைக்குள்ளேயே திருட்டுத்தனமாக நுழைந்து, அவரது சாப்பாட்டு அறையில் குண்டு வைத்தார்கள். அன்றைக்குப் பார்த்து அந்தப்புரத்திலேயே இருந்துவிட்டார் மன்னர். சாப்பிட வரவேயில்லை. அந்தக் குண்டு அநாவசியமாக வெடித்து சில மேசை, நாற்காலிகளை மட்டும் சேதப்படுத்தியது.

மார்ச் 1, 1881-ம் ஆண்டு. எப்படியும் இன்றைக்கு மன்னரைக் கொன்றே தீர்வது என்று முடிவு செய்து, ஒன்றுக்கு நாலு பேராக ஆயுதம் ஏந்தி ஆளுக்கொரு வீதியில் காத்திருந்தார்கள். ஒரு வழியில் மன்னர் தப்பித்தால், இன்னொரு வழியில் மாட்டுவார். அங்கே தப்பித்தால் அடுத்ததில். அங்கும் தப்பித்தால் இன்னொன்றில். நாலு பேரிடமிருந்தும் தப்பித்துவிட முடியாது.

ஒரு தீர்மானத்துடன்தான் அவர்கள் அங்கே காத்திருந்தார்கள். பீட்டர்ஸ்பர்க் அரண்மனையை விட்டுப் புறப்பட்ட மன்னரின் வாகனம் சில நூறு அடிகள் தாண்டி ஒரு பிரதான சாலையை அடைந்தபோது, புரட்சிக் குழுவின் முதல் வீரன் மன்னரின் வண்டியை நோக்கிச் சுட்டபடி ஓடிவரத் தொடங்கினான்.

மன்னரின் வாகனம் மின்னல் வேகத்தில் வேறொரு பாதையில் திரும்பி ஓடத் தொடங்கியது. அங்கே அடுத்தவன் தயாராக இருந்தான். வண்டி வருவதைப் பார்த்ததுமே வெடிகுண்டுகளை வீசத் தொடங்கினான். குறி தவறாத தாக்குதல் அது. சூழ்ந்த புகை மண்டலத்துக்கு நடுவே மன்னர் உடல் கருகி விழுந்தார்.

ரஷ்யாவை மட்டுமல்ல; உலகத்தையே ஓர் உலுக்கு உலுக்கிய மாபெரும் படுகொலைச் சம்பவம் இது. சரித்திரத்தில் முன்னெப் போதும் இப்படியொரு சம்பவம் நடந்ததில்லை. நவீன உலகம் சந்தித்த முதல் மாபெரும் தாக்குதல். தனி மனிதத் தாக்குதல். பின்னால் நடக்கவிருந்த ரஷ்யப் புரட்சிக்கு இதுதான் முதல் வித்து. ஒரே கருத்துள்ள சில தனி மனிதர்கள் ஒன்று சேர்ந்து செயல்பட்டால், அரசுகளுக்கு எதிரான கலகங்களைத் திறம்பட நடத்தி வெற்றி காணமுடியும் என்று உலகுக்கு உரக்க அறிவித்த சம்பவமும் கூட.

●

நரோத்னயா குழுவின் முக்கிய உறுப்பினர்களுள் ஒருவர் அலெக் சாந்தர் உல்யனோவ். ஜார் மன்னரைக் கொன்றே தீர்ப்பது என்று கங்கணத்துடன் திட்டம் தீட்டியவர். ஆனால், இறுதியில் மன்னர் இறந்து போனது வேறொருவரின் கையில். நரோத்னயா குழு வுக்கு கிடைத்த மிகப் பெரிய வெற்றி இது என்றாலும், தனிப் பட்ட முறையில் தனக்கு ஏற்பட்ட தோல்வியாகவே அலெக் ஸாந்தர் இதனை எடுத்துக் கொண்டார்.

இரண்டாம் அலெக்ஸாண்டருக்குப் பிறகு மூன்றாம் அலெக் சாண்டர் ஆட்சிக்கு வந்ததும், அவரைக் கொல்ல தனது அடுத்த கட்ட முயற்சிகளை ஆரம்பித்தார் அலெக்ஸாந்தர்.

இந்த முறையும் அவருக்குத் தோல்விதான். எச்சரிக்கையுடன் இயங்கிக் கொண்டிருந்த காவல் படை, அவரை உடனடியாக கைது செய்தது. தூக்கு தண்டனையும் விதித்தது.

●

ஜார் ஆட்சியின் தொடக்க கால வரலாற்றை எடுத்து வைத்துக் கொண்டு ஊன்றி வாசிக்க ஆரம்பித்தார் லெனின்.

ரஷ்யா என்றால் ஜார். ஜார் என்றால் ரஷ்யா. முதலாம் ஜார், இரண்டாம் ஜார், மூன்றாம் ஜார். அல்லது இருபத்து மூன்றாம் ஜார். ஆக மொத்தம் ரஷ்யா ஜார் வம்சத்துக்குத்தான். பட்டா போட்டு மொத்தமாக வாங்கிக் கொண்டு விட்டார்கள். ஜாரைத் தவிர மற்றொருவர் ரஷ்யாவை ஆள முடியாது.

தேர்தல், வாக்கெடுப்பு, தேர்ந்தெடுப்பு எதுவும் கிடையாது. ஜார் வைத்ததுதான் சட்டம்.

ராணுவம், காவல்துறை, கல்வித்துறை, தேவாலயம் , தொழில் துறை எல்லாமே ஜார் கையில்தான்.

ரஷ்யாவில் உள்ள அத்தனை பெரும் புள்ளிகளும், அத்தனை செல்வந்தர்களும் ஜார் ஆட்சியைத் தலையில் தூக்கி வைத்துக் கொண்டாடினார்கள். காரணம், ஜாரின் அரவணைப்பு அவர் களுக்குத் தேவை. ஜார் கையை உயர்த்தி ஆசீர்வதித்தால்தான் புதிய செல்வம் கிடைக்கும்; நிலம் கிடைக்கும்; வசதி கிடைக் கும். ஜாருக்கும் அவர்களது ஆதரவு தேவை. அதனால்தான், சீமான்களையும் சீமாட்டிகளையும் தேர்ந்தெடுத்து, தன் அரண் மனையில் உயர் பதவிகளில் அமர வைத்திருந்தார். ஜார் எடுக்கும் அத்தனை முடிவுகளுக்கும் இவர்களை விட்டால் வேறு யாரால் ‘ஆமாம் சாமி’ போட முடியும்?

ஜார் அகராதியில் மக்களுக்கு இன்னொரு பெயர் உண்டு. Serfs. அதாவது, அடிமைகள். நிலங்களை வாங்கும்போதும் விற்கும் போதும் அந்த நிலப் பகுதியில் வேலை செய்யும் அடிமை களையும் சேர்த்தே விலை பேசுவார்கள்.

ஜாரின் அன்பும் அரவணைப்பும் யார் யாருக்கெல்லாம் உண்டோ அவர்கள் எல்லோரிடமும் மிகப் பெரிய அடிமைப் பட்டாளம் இருந்தது. வீட்டு வேலை, தோட்ட வேலை செய்ய. குழந்தை களைக் கவனித்துக் கொள்ள. எடுபிடி வேலைகள் செய்ய. எல்லாவற்றுக்கும்.

சம்பளம் கொடுக்கத் தேவையில்லை. ஒரு முறை மொத்தமாக பணம் கொடுத்து வாங்கி விட்டால் போதும். பிறபாடு, இஷ்டப் பட்டு ஏதாவது கொடுத்தால்தான் உண்டு. கூடுதல் விலைக்கு யாராவது கேட்டால், தள்ளிவிடவும் செய்யலாம். அடிமைகள் என்பவர்கள் அசையும் சொத்துகள்.

தொன்றுதொட்டுத் தொடர்ந்த பழக்கம் அது.

ஜார் மன்னர், அவர் குடும்பம். பெரும் பண்ணையார்கள், அவர்கள் குடும்பங்கள். இவர்கள் மட்டுமே மனிதர்கள். எஞ்சியிருக்கும் அத்தனைப் பேரும் ஜந்துக்கள். ஜார் மன்னரின் பிரத்தியேக தேவைக்காக கடவுளால் சிருஷ்டிக்கப்பட்டவர்கள்.

ஐவான் என்று ஒரு ஜார் இருந்தார். பயங்கர ஐவான் (Ivan the Terrible) என்றுதான் அவரை அழைப்பார்கள். நாய்க்குட்டி, பூனைக்குட்டி வளர்ப்பதில் அவருக்கு அலாதி பிரியம். பொழுது

போகவில்லை என்றால் ஜன்னல் கதவை திறந்து வைத்துக் கொண்டு, ஒவ்வொரு குட்டியாக தூக்கி வெளியே வீசுவார். பொழுதுபோக்கு.

நாய்க் குட்டியோடு மட்டும் விளையாடியிருந்தால் பரவா யில்லை. மக்களிடமும் விளையாடினார். நோவோகிராட் (Novogrod) பகுதியில் மட்டும் அவரது ஆணையின்படி, சுமார் இரண்டாயிரம் பேர் கொல்லப்பட்டனர். எதிர்த்துப் பேசினான் என்பதற்காக தன் சொந்த மகனின் மண்டையைப் பிளந்துக் கொன்றவர் ஐவான்.

ஒவ்வொரு ஜார் மன்னரும் ஒவ்வொரு தினுசாக இருப்பார்கள். அத்தி பூத்தாற்போல், எப்போதாவது நல்ல ஜார் கிடைத்தால் உண்டு.

1694-ல் ஒரு முறை அத்தி பூத்தது. இந்த ஆண்டு ஆட்சி பொறுப்பு ஏற்றுக் கொண்ட பீட்டர் ஒரு வித்தியாசமான ஜார் மன்னர். இவர் ஆட்சியில் மளமளவென மாற்றங்கள் நிகழ்ந்தன. ரஷ்ய மன்னர் களிலேயே இவரது ஆட்சிக் காலத்தில்தான் (1682-1725) இரும்பு மற்றும் தாமிரங்களைப் பயன்படுத்தி, தொழிற்சாலைகள் மிகப் பெரிய அளவில் நிறுவப்பட்டன. முறையான ராணுவமும், கப்பல் படையும் அமைக்கப்பட்டன.

தவிரவும், முதல் முறையாக, ரஷ்ய பத்திரிகை வெளியிடப் பட்டது. தொழில் நுட்பப் பள்ளிகள் உருவாக்கப்பட்டன. எழுத்து முறை மற்றும் காலண்டரில் சீர்திருத்தங்கள் செய்யப் பட்டன. செயின்ட் பீட்டர்ஸ்பர்க் நகரம் தோன்றியது. நிர் வாகத்தின் உயர் அமைப்பாக 'செனட்' உருவாக்கப்பட்டது. நாடு பெரிய மாநிலங்களாகப் பிரிக்கப்பட்டு, ஒவ்வொரு மாநிலத்துக்கும் தனித்தனி ஆளுனர் நியமிக்கப்பட்டார். மொத்தத்தில் பீட்டர் மிகச் சிறந்த சீர்திருத்தவாதியாகக் கருதப் பட்டார். மகா பீட்டர் (Peter The Great) எனும் பெயரையும் சம்பாதித்துக் கொண்டார்.

எல்லாம் சரிதான். பீட்டர் கொண்டு வந்த மாற்றங்கள் ஒட்டு மொத்த ரஷ்யாவையும் புரட்டிப் போட்டது என்னவோ உண்மை தான். ஆனால் விலங்குகளாக, அடிமைகளாக மாறிப் போயிருந்த விவசாயிகளின் வாழ்வில் கடுகளவு முன்னேற்றமும் ஏற்பட வில்லை. அடிமைத்தனம் அப்படி அப்படியே தொடர்ந்தது. கனரகத் தொழிற்சாலைகள் தொடங்கப்பட்டன. ஆனால், இதில்

வேலை செய்தவர்கள் அத்தனைப் பேரும் அடிமைகள்தாம். எனில், மாற்றத்தால் என்ன பயன்?

முதலாம் பீட்டருக்குப் பின் அரியணையில் அமர்ந்த இரண்டாம் கேத்தரீன் காலத்தில் நிலைமை இன்னமும் மோசமடைந்தது. பல லட்சக்கணக்கான விவசாயிகளை நிலப் பிரபுக்களுக்குத் தானமாக வழங்கி ரஷ்ய பாரி, ஓரி வரிசையில் தன் பெயரையும் பெருமிதத்துடன் சேர்த்துக் கொண்டார் இந்த அம்மையார். முதலாம் பீட்டர் காலத்தில் ரஷ்யாவில் மட்டும்தான் பண்ணையடிமை முறை இருந்தது. ஆனால் கேத்தரீன் காலத்தில் அது வேறு பல பகுதிகளுக்கும் விரிவுபடுத்தப்பட்டது.

அவருக்குப் பின் ஆட்சிக்கு வந்த அத்தனை மன்னர்களும் ஒரு விஷயத்தில் உறுதியாக இருந்தனர். 'மக்கள் ஒன்று சேர்ந்துவிடக் கூடாது. பலம் பெற்றுவிடக் கூடாது. போராட்டம், எதிர்ப்பு என்று வீட்டை விட்டு வெளியில் வரக் கூடாது. மொத்தத்தில், மக்கள் ஆட்டுக்குட்டிகளாக அடங்கிக் கிடக்கவேண்டும். வருத்தப்படாமல் பாரம் சுமக்க வேண்டும். அவ்வளவே.'

ஜாருக்கு எதிராக யாருமே ஆர்ப்பாட்டம் செய்யவில்லையா? தன் சகோதரன் அலெக்ஸாந்தர் பங்கேற்ற நரோத்னிகா வோல்யா தான் முதல் புரட்சி இயக்கமா? 'இல்லை' என்ற விடை கிடைத்தது லெனினுக்கு.

18-ம் நூற்றாண்டின் இறுதியில் ஜார் மன்னராட்சிக்கு எதிராக பல பகுதிகளில் போராட்டங்கள் வெடித்தன. பண்ணையடிமை முறை ஒழிக்கப்பட வேண்டும் என்ற குரல் பலமாக ஒலிக்கத் தொடங்கியது. 'ஜார் மன்னரே! நாங்களும் மனிதர்கள்தான். எங்களுக்கும் உணர்வுகள் உண்டு. வாழ வேண்டும் என்ற ஆசை எங்களுக்கும் உண்டு. எங்களுக்கும் குடும்பங்கள், குழந்தை குட்டிகள் உண்டு. சீர்திருத்தத்தைக் கொண்டு வா. எங்களை நல்வழிப்படுத்து. எங்களை ஆசீர்வதி.' இப்படிப்பட்ட கோரிக்கைகளுடன் போராட்டங்கள் வெடித்தன.

ஆனால், கொடி பிடித்துப் போராடிய அத்தனைப் பேரையும் பொறி வைத்துப் பிடித்து கொன்றார் ஜார். யார் யாரெல்லாம் அரசாங்கத்தை எதிர்த்து குரல் எழுப்புகிறார்களோ, யார் யாருக்கெல்லாம் ஜாரைப் பிடிக்கவில்லையோ, அத்தனைப் பேரையும் தேடிப் பிடித்துத் தொகுத்து சிறையில் தள்ளினார்.

மனத்தளவில் ஜாரை எதிர்ப்பவர்கள் கூட அடங்கி ஒடுங்கி வீட்டின் ஒரு மூலையில் சுருண்டு படுத்து கிடக்க வேண்டியிருந்தது.

19-ம் நூற்றாண்டின் தொடக்கக் காலத்தில் மேற்கு ஐரோப்பிய நாடுகள் தொழில் துறையில் நான்கு கால் பாய்ச்சலில் முன்னேற ஆரம்பித்த போது, ரஷ்யா ஒற்றைக் காலை தூக்கி வைத்துக் கொண்டு நொண்டிக் கொண்டிருந்தது. பக்கத்து தேசமான இங்கிலாந்து உற்பத்தி செய்த இரும்பின் அளவு ரஷ்யாவைவிட பன்னிரண்டு மடங்கு அதிகம். ரயில் போக்குவரத்திலும் ரஷ்யாவைக் கடந்து எங்கோ போய் விட்டது இங்கிலாந்து. ஆக, ஜார் அரசாங்கம் மக்களையும் கவனிக்கவில்லை. நாட்டையும் கவனிக்கவில்லை.

மீண்டும் ஓர் எதிர்ப்பு அலை உருவானது. முதலாம் அலெக்ஸாண்டருக்குப் பிறகு, புதிய ஜார் மன்னராக நிக்கோலஸ் அறிவிக்கப்பட்ட சமயம் அது.

கிளர்ச்சிக்காரர்கள் ஒன்று சேர்ந்தார்கள். ஓர் அதிரடி திட்டம் தயாரானது. ஜார் வசித்து வந்த குளிர்கால மாளிகையை கைப் பற்ற வேண்டும். பிறகு, செனட் கட்டடம். ஒழுங்கு மரியாதை யாக பண்ணையடிமை முறையை இன்றோடு முடித்துக் கொள்ளுங்கள், முடிக்காதவர்களின் கதை முடிக்கப்படும் என்று மிரட்ட வேண்டும்.

நாள் குறித்தாகிவிட்டது. 1825-ம் ஆண்டு டிசம்பர் 14-ம் தேதி. மொத்தம் மூவாயிரம் பேர் செனட் சதுக்கத்தில் கூடினார்கள். டிசம்பர் மாத கிளர்ச்சியில் ஈடுபட்ட இவர்கள், பிற்காலத்தில் டிசம்பர்வாதிகள் (Decemberists) என்று அழைக்கப்பட்டனர்.

'இன்றோடு ஜார் ஒழிந்தார். ரஷ்யாவுக்கு கூடிய சீக்கிரத்தில் விடுதலை.'

கதவை திறந்து கொண்டு முதல் நபர் நுழைந்ததுமே தகவல் ஜார் மன்னருக்கு போய் சேர்ந்து விட்டது. புதிய மன்னர்தான். ஆனால், என்ன செய்ய வேண்டும் என்று அவருக்குத் தெரிந்தது. செனட் சதுக்கம் சுற்றி வளைக்கப்பட்ட அடுத்த விநாடியே காவல் படை துப்பாக்கிச் சூடு நடத்த ஆரம்பித்தது. காக்கை, குருவிகளைப் போல் மக்கள் சரமாரியாகச் சுட்டுத் தள்ளப்

பட்டனர். இந்தக் கிளர்ச்சிக்கு தலைமை தாங்கிய தலைவர்கள் தூக்கில் இடப்பட்டனர். நூற்றுக்கும் மேற்பட்டோர் கடுங்காவல் தண்டனை விதிக்கப்பட்டு, சைபீரியாவுக்கு அனுப்பி வைக்கப் பட்டனர்.

1875-ம் ஆண்டு ரஷ்யாவின் முதல் தொழிலாளர் சங்கம் ஓடெஸ்ஸா நகரில் உருவாக்கப்பட்டது. அதற்கு வைக்கப்பட்ட பெயர் தென் ரஷ்யத் தொழிலாளர் சங்கம். ஆனால் ஜார் அரசாங்கம் தொடர்ந்து தாக்குதல் தொடுத்த காரணத்தால் இந்தச் சங்கத்தால் ஒன்பது மாதங்களுக்கு மேல் தாக்குப்பிடிக்க முடிய வில்லை.

1878-ம் ஆண்டு செயின்ட் பீட்டர்ஸ்பர்க் நகரில் வட ரஷ்யத் தொழிலாளர் சங்கம் அமைக்கப்பட்டது. சோஷலிசப் புரட்சியை ஏற்படுத்தப்போகிறோம் என்று அறிவித்தார்கள் இவர்கள். தவிரவும், மிகவும் ஆடம்பரமான சில கோரிக்கைகளையும் முன்வைத்தார்கள். பேச்சுரிமை, தொழிலாளர்கள் வேலை நேரம் குறைப்பு, வேலை நிறுத்தம் நடத்த அனுமதி, இன்னபிற.

'அப்படியா நல்லது. ஆனால், நீங்கள் இருக்க வேண்டிய இடம் இதுவல்ல. உள்ளே!' என்று சொல்லி அவர்களை தக்க மரியாதை யுடன் உள்ளே தள்ளியது காவல் படை. சங்கம் உடைத்துத் தகர்க்கப்பட்டது.

இனி எதிர்ப்புகள் இருக்காது என்று நிம்மதியாக தூங்கப் போனார் ஜார்.

எதிர்ப்பு அலை முற்றிலுமாக ஓய்ந்துவிடவில்லை. அங்கொன் றும் இங்கொன்றுமாக இடைவெளி விட்டு ஆர்ப்பரிக்க ஆரம்பித் தது. 1854-ம் ஆண்டு. சொல் பேச்சை கேட்க மாட்டோம் என்று பண்ணையடிமைகள் திமிறினார்கள். பல இடங்களில் வேலை நிறுத்தம். உணவு உற்பத்தி சுருண்டுவிட்டது. கிராமப்புறங்கள் கொந்தளிக்கத் தொடங்கின.

ஜார் யோசித்தார். நூறு பேர், ஆயிரம் பேர் என்றால் சுட்டுத் தள்ளலாம். கிராமம், நகரம், தேசம் என்று போராட்டம் கொழுந்துவிட்டு எரியும்போது என்ன செய்ய முடியும்? ஒரு வழி கிடைத்தது. எல்லோருக்கும் போய்ச் சேரும்படி ஓர் அறிவிப்பை தயார் செய்தார். அந்த அறிவிப்பு இதுதான். 'பண்ணையடிமை

முறை இன்றோடு ஒழிந்தது. இனி, யாரும் யாருக்கும் அடிமை இல்லை. போதுமா?'

இது நடந்தது பிப்ரவரி 19, 1861-ம் ஆண்டு. ஆனால், ஜார் மன்னரின் பிரகடனம் ஓர் உதவாக்கரை பிரகடனம் என்பது கூடிய விரைவில் வெட்ட வெளிச்சமானது. பண்ணையடிமை முறை ஒழியவில்லை. வேறொரு முகமூடியில் உலா வந்தது.

சுரண்டல்களும் சூழ்ச்சிகளும் அப்படி அப்படியே இருந்தன. ஓர் அங்குலம் கூட குறையவில்லை.

மாறாக, அதிகரிக்கவே செய்தன. இந்த முறை அதிக பாதிப்புக்கு உள்ளானவர்கள் விவசாயிகள். நிலம் தருகிறோம், வாருங்கள் என்று அழைத்து அநியாய விலைக்கு குத்தகைக்கு கொடுத் தார்கள். உயிரைக் கொடுத்து வேலை செய்து முடித்தபின், அத்தனை விளைச்சல்களையும் நிலப்பிரபுக்கள் கைப்பற்றிக் கொண்டார்கள். கூலி என்று சொல்லி, சொற்பமான ஒரு தொகையை வீசி எறிந்தார்கள். இதோடு விட்டுவிடவில்லை. விவசாயிகளை முழுமையாகச் சுரண்ட வேறு ஒரு வழியையும் நிலப்பிரபுக்கள் கண்டுபிடித்தார்கள். தொட்டதற்கெல்லாம் அபராதம். தொட்டதற்கெல்லாம் வரி.

எப்படியாவது அந்த நரகத்திலிருந்து தப்பிக்க எண்ணிய விவசாயி கள், மூட்டை முடிச்சுகளைக் கட்டிக் கொண்டு, தொழிற்சாலை கள் பெருகிக் கொண்டிருந்த நகரங்களை நோக்கி படையெடுக்கத் தொடங்கினார்கள். விளைவு? நகரங்களுக்குக் குடிபெயர்ந்த அத்தனை விவசாயிகளும் கூலிகளாக மாறிப் போனார்கள். இயந்திரங்களுக்கு எண்ணெய் தடவி வாழ்க்கையை நகர்த்த வேண்டிய நிலை.

மக்கள் குழம்பிக் கிடந்த சமயம் பார்த்து, ராணுவத்தையும் காவல் படைகளையும் முடுக்கிவிட்டார் ஜார். விவசாயிகளையும் தொழிலாளிகளையும் கண்காணிக்க, ஒடுக்க... ராணுவம், நகரக் காவல் துறை, கிராமக் காவல் துறை போன்ற அமைப்புகள் ஈடுபடுத்தப்பட்டன. அரசாங்கத்துக்கு கட்டுப்பட மறுப்பவர் களுக்கு கடுமையான தண்டனைகள் வழங்கப்பட்டன.

ஜார் அரசாங்கம் மற்றொரு மோசமான காரியத்தையும் செய்தது. ரஷ்ய தேசிய இனத்தைச் சேர்ந்தவர்களுக்கு மட்டுமே

உரிமைகள் அளிக்கப்பட்டன. இதர தேசிய இனங்களைச் சேர்ந்தவர்களுக்கு அடிப்படை உரிமைகள் கூட கிடையாது. ரஷ்யாவிலேயே தங்கியிருந்தாலும், அவர்கள் ரஷ்யர்களாக ஏற்றுக் கொள்ளப்படவில்லை. அரசாங்க அறிக்கைகள்படி அவர்கள் அந்நியர்கள்.

சிறுபான்மையினரான இவர்களை ஜார் ஒரு பொருட்டாகவே மதிக்கவில்லை. நிர்வாக, நீதிமன்ற மொழியாக ரஷ்ய மொழியே முன்வைக்கப்பட்டது. ரஷ்ய மொழி தவிர, இதர தேசிய இன மொழிகளில் பத்திரிகை, புத்தகங்கள் வெளியிடத் தடை. மற்ற தேசிய இன மாணவர்கள் அவர்களது தாய் மொழியில் கல்வி கற்கக் கூடாது. ரஷ்ய மொழியில் படிக்க முடிந்தால் படி. முடிய வில்லையா? வீட்டில் சும்மா இரு.

இவை போக, வெவ்வேறு இனங்களைச் சேர்ந்த மக்களிடையே மோதல்களைத் தூண்டி விட்டார் ஜார். உங்கள் இனம் பெரியதா? அவர்கள் இனம் பெரியதா? உங்கள் மதம் பெரியதா? அவர்கள் மதமா? ஜார்ஜிய மொழி உசத்தியா, ரஷ்ய மொழியா? ம், விவாதங்கள் தொடரட்டும். விவாதத்தோடு நிறுத்திக் கொள்ளா தீர்கள். அடித்துக் கொள்ளுங்கள். அடித்துக் கொண்டால் மட்டும் போதாது. உயிர் போக வேண்டும்.

ஜாரின் சூழ்ச்சி புரியாமல், மெய்யாகவே மக்கள் தங்களுக்குள் அடித்துக் கொண்டார்கள். கொடி பிடித்தார்கள். சண்டை போட் டார்கள். ஜார் தனது குளிர்கால அரண்மனையில் போர்வையை காது வரை போர்த்திக் கொண்டு குளிர் காய்ந்து கொண்டிருந்தார்.

3. பாதை அமைக்கும் படலம்

வேறு பாதை தேவை. இதில் மாற்றுக் கருத்து ஏதுமில்லை. ஆனால், அந்தப் பாதை எது என்று லெனினுக்குத் தெரியவில்லை. சரி, பார்த்துக் கொள்ளலாம். நிறைய அவகாசமிருக்கிறது.

இப்போதைக்குப் படிப்பை முடித்தாக வேண்டும். பள்ளி இறுதி தேர்வுகள் நெருங்கிக் கொண்டிருக்கின்றன. சோகம். பயம். வெறுமை. எல்லாவற்றையும் மறந்தாக வேண்டும். நினைவில் இருக்க வேண்டியது ஒன்றே ஒன்றுதான். குடும்பப் பொறுப்பு. பெரும் சுமை. ஆனால், சுமந்தே ஆக வேண்டும். எனவே தேவை படிப்பு.

‘அம்மா நான் இருக்கிறேன், நம் குடும்பத்தைக் காப்பாற்றுகிறேன்’ என்று சொல்லிவிட்டு, மூச்சைப் பிடித்துக் கொண்டுப் படித்தார் லெனின்.

லெனினுக்கு ஓகோத்நிகோவ் என்றொரு நண்பன் இருந்தான். மிக நன்றாகப் படிப்பவன். குறிப்பாக, கணக்கில் புலி. பள்ளி இறுதி ஆண்டை முடித்தபின் மேற்படிப்பு படிக்க அவனுக்கு விருப்பம். விருப்பம் தான் இருந்ததே ஒழிய பண வசதி இல்லை. பிரத்தியேகமான ஒரு வாத்தியாரை அமர்த்திக் கொண்டால் தான் லத்தீன், கிரேக்கம் உள்ளிட்ட புராதன மொழி

களைக் கற்றுக் கொள்ள முடியும். இறுதியாண்டில் தேர்ச்சி பெற முடியும்.

லெனின் அவனிடம் பேசினான்.

'நீ தைரியமாக படி. உனக்கு ஓர் ஆசிரியர் கிடைத்துவிட்டார்.'

'ஆசிரியர் கிடைப்பது அல்ல பிரச்னை. அவருக்கு கட்டணம் செலுத்த வேண்டுமே.'

'நான் சொல்லும் ஆசிரியர் கட்டணம் வாங்கிக் கொள்ள மாட்டார்.'

ஓகோத்நிகோவின் கண்கள் விரிந்தன.

'ஆ, யார் அவர்?'

'நான்தான்.'

புராதன மொழிகளில் லெனின் ஒரு வல்லுநர் என்று ஓகோத் நிகோவுக்குத் தெரியும். மகிழ்ச்சியுடன் தனது புதிய ஆசிரியரை ஏற்றுக் கொண்டான். அன்று தொடங்கி, வாரத்துக்கு மூன்று நாள்கள் என்று தொடர்ந்து ஒரு வருடம் அவனுக்கு வகுப்புகள் எடுத்தான் லெனின். இறுதி தேர்வில் ஓகோத்நிகோவ் வெற்றி பெற்று விட்டான் என்ற செய்தி வரும் வரை லெனின் ஓயவில்லை.

இறுதித் தேர்வுகள் முடிந்தன. எதிர்பார்த்ததைப் போலவே தேர்வில் லெனின்தான் முதல். எல்லாவற்றிலும் முதல். ஆகவே, முறைப்படி லெனினுக்கு தங்கக் கோப்பை கொடுத்தாக வேண்டும்.

மரியா பெருமிதத்தில் நனைந்து கொண்டிருந்தார். விருது வழங் கும் விழாவுக்கான ஏற்பாடுகள் தடபுடலாக நடந்து கொண் டிருந்தன. திடீரென்று பள்ளித் தலைமை அதிகாரியிடமிருந்து ஓர் அவசர உத்தரவு. லெனினுக்கு விருது வழங்க முடியாது. வேறு ஒரு மாணவனை உடனடியாகத் தேர்ந்தெடுக்கவும்.

காரணம், லெனின் அலெக்ஸாந்தரின் சகோதரன். தேசத் துரோக குற்றம் சாட்டப்பட்டு, அரசாங்கத்தால் தூக்கிலிடப்பட்ட ஒரு கொலைகாரனின் சகோதரன். எனில், பள்ளி நிர்வாகம் எப்படி

அவனுக்கு விருது வழங்கி கௌரவிக்க முடியும்? அரசாங்கத் துக்கு இந்த விஷயம் தெரிய வந்தால் என்ன ஆகும்? பிற மாணவர்கள் இதை எப்படி எடுத்துக் கொள்வார்கள்? அவர்கள் பெற்றோர்? சமுதாயம்?

லெனினுக்கு இதில் துளி வருத்தமும் கிடையாது. ஆனால், ஒட்டுமொத்தமாக எல்லோராலும் நிராகரிக்கப்படுவதை மட்டும் அவரால் தாங்கிக் கொள்ள முடியவில்லை. விருது முக்கியமல்ல. ஆனால் உறவுகள்? தெருவில் இறங்கி நடக்கக்கூட முடியாத சூழல். கொலைகாரனின் தம்பி. கலகக்காரனின் மகன். இதுதான் அடையாளமா?

மரியாவுக்கும், இதே நிலைமைதான். அதோ மரியா வருகிறார் என்று ஒருவரும் அவளைச் சுட்டிக்காட்டிப் பேசுவது கிடை யாது. அதோ கொலைகாரனின் அம்மா. அதோ தேசத்துரோக குடும்பத்தைச் சார்ந்தப் பெண்.

முக்காடு போட்டுக் கொண்டு மறைந்து மறைந்தா வாழ்க்கையை ஓட்ட முடியும்? 1887 ஜூன் இறுதியில் உலியானவ் குடும்பத்தினர் ஸிம்பிர்ஸ்க் நகரை விட்டு வெளியேறினர்.

●

பல்கலைக்கழகத்தில் லெனினுக்கு அனுமதி கிடைக்கவில்லை. பள்ளியில் அவருக்கு அளித்திருந்த சான்றிதழில் ஒரு முக்கிய இடத்தை நிரப்பாமல் வைத்திருந்தார்கள். நன்னடத்தை. பிற விஷயங்களில் லெனின் சிறந்திருந்தார். உண்மைதான். எல்லா வற்றிலும் முதல். பள்ளியிலேயே முதல். தங்க விருதுக்குத் தேர்ச்சி பெற்றிருந்த ஒரே மாணவரும் கூட. ஆனால், நன்னடத்தை முக்கியமல்லவா?

சான்றிதழ்களைத் தூக்கிக் கொண்டு கஸான் பல்கலைக் கழகத்துக்கு நடையாக நடந்து கொண்டிருந்தார் லெனின். இறுதி யில், ஸிம்பிர்ஸ்க் பள்ளியிலிருந்து நன்னடத்தைச் சான்றிதழ் வந்து சேர்ந்தது. சட்டம் பயில அனுமதியும் கிடைத்தது.

கல்லூரிக்குள் காலடி எடுத்து வைக்கும்போதே சில விஷயங் களில் தெளிவாக இருந்தார் லெனின். 'சட்டம் பயில மட்டும் நான் இங்கே சேரவில்லை. என் சகோதரன் ஆரம்பித்து வைத்த புள்ளியிலிருந்து எனது பயணத்தைத் தொடரப் போகிறேன்.

படித்து வேலைக்குச் சென்று கிடைக்கும் சம்பளத்தை வாங்கிக் கொண்டு நல்ல பிள்ளையாகக் குடும்பம் நடத்தி காலத்தை ஓட்ட முடியாது. அப்படிப்பட்ட வாழ்க்கை முறையை என் தந்தையும் என் சகோதரனும் எனக்குக் கற்றுக் கொடுக்கவில்லை.

வீடு முக்கியம். கூடவே, நாடும்.'

ஜார். ஆம்! ரஷ்யா உருப்படப் போவதில்லை. ஜாரின் சர்வாதிகாரம் அனைத்து பகுதிகளிலும் அனைத்து துறைகளிலும் பரவி நிற்பதை லெனினால் உணர முடிந்தது. பள்ளியில், கல்லூரியில், தொழிற்சாலைகளில், ஏன் சாலைகளிலும் கூட அதை உணர முடிந்தது.

மரத்தடியில் அமர்ந்து நான்கு மாணவர்கள் அரட்டை அடித்தால் கூட, குறைந்தது நான்கு பேர் வந்து என்ன விஷயம் என்று அதட்டிவிட்டுப் போனார்கள். எந்த இடத்திலும் நான்கு பேர் சேர்ந்தாற்போல் கூடி உட்காரக் கூடாது. பேசக் கூடாது. விவாதிக்கக் கூடாது.

வாயைத் திறந்து பேசுபவர்கள் எல்லோருமே அரசாங்கத்தைப் பற்றிதான் பேசுகிறார்கள் என்பது காவல்துறையின் தீர்மானமான நம்பிக்கை. குறிப்பாக, கல்லூரி மாணவர்கள். இளம் ரத்தம். ஒரு கை பார்த்துவிடலாம் என்று துடிக்கும் பருவம். ஆகவே, மாணவர்களை பருந்து போல் கவனித்துக் கொண்டே இருந்தார்கள்.

ஆனால், இவர்கள் கண்ணில் சிக்காமல் சில மாணவர்கள் ரகசியமாக தங்களுக்குள் விவாதம் நடத்திக் கொண்டுதான் இருந்தார்கள். கலக மனப்பான்மை கொண்ட இந்த மாணவர்கள் ஒன்று சேர்ந்து ஒரு சில ரகசிய அமைப்புகளை நடத்தி வந்தனர். நவரோதோ அளவுக்குத் தீவிரமானவை என்று சொல்ல முடியாவிட்டாலும் தீவிரமாக வளர்ந்தே தீர்வது என்று கங்கணம் கட்டிக் கொண்டு செயல்படும் இயக்கங்கள் இவை. அப்படி ஓர் இயக்கத்தில் தன்னை இணைந்து கொண்டார் லெனின்.

1884-ல் இயற்றப்பட்ட சிறப்புச் சட்டத்தின்படி, இதுபோன்ற அமைப்புகளில் ஈடுபடுபவர்கள் தீவிர தண்டனைக்கு உள்ளாவார் கள். அமைப்பு ரீதியாக மாணவர்கள் ஒன்றிணைவதைத் தடுக்க பல்கலைக்கழகத்துக்கு உள்ளேயே சில ரகசிய உளவாளிகள் இருப்பார்கள். சிறு சந்தேகம் தோன்றினாலும் குறிப்பிட்ட

மாணவர்களின் பெயரை ஒரு துண்டுச் சீட்டில் எழுதி காவல் துறைக்கு அனுப்பிவிடுவார்கள்.

விளைவு? மாணவர்களுக்கும் காவல் துறைக்கும் இடையே அவ்வப்போது உரசல்கள் வெடித்துக் கொண்டே இருக்கும்.

டிசம்பர் 4, 1887. கஸான் பல்கலைக்கழக வளாகத்தில் மாணவர்கள் கூடினார்கள். கல்லூரி நிர்வாகத்துக்கு எதிராக சிறிய அளவில் ஓர் ஆர்ப்பாட்டம். மூன்று முக்கியக் கோரிக்கைகள் முன் வைக்கப்பட்டன. மாணவர்களுக்கு எதிரான சட்டங்களைத் திரும்பப் பெற்றுக்கொள். அற்ப காரணங்களுக்காகப் படிப்பை ரத்து செய்து வீட்டுக்கு அனுப்பிய மாணவர்களை வகுப்பறைக் குள் அனுமதி. மாணவர்கள் அமைப்பை வேவு பார்க்காதே. தடை செய்யாதே. நாங்கள் ரஷ்யாவை வெடிகுண்டு வைத்து தகர்க்கப் போவதில்லை. அடிப்படைத் தேவைகளை கேட்டுப் பெறவே திரண்டிருக்கிறோம்.

லெனின், இந்தப் போராட்டத்தில் முன்னணியில் நின்றார். 'அடக்குமுறை ஒழிக' என்று கோஷம் போடும்போது, லெனி னின் குரல் தனியாகவும் வலுவானதாகவும் ஒலித்தது. அலெக் ஸாந்தரைக் கொன்றது இந்த அடக்குமுறைதான். கல்லூரியில் சேர எனக்கு அனுமதி மறுத்தது இந்த அடக்குமுறைதான். எந்த வடிவத்தில் வந்தாலும் எதிர்க்கப்பட வேண்டிய சாத்தான். லெனின் உக்கிரமாகச் செயல்பட்டார். 'கத்தி பிரயோஜனம் இல்லை, அலுவலகத்துக்குள் நுழைவோம்' என்றார் அவர்.

அலுவலக அறையைப் படாரென்று திறந்து கொண்டு உள்ளே நுழைந்தனர். முஷ்டியை மடக்கியபடி ஆவேசமாக முன்னால் வந்து நின்றார் லெனின்.

'எங்கள் கோரிக்கைகளை நிர்வாகம் உடனடியாக ஏற்றுக் கொள்ள வேண்டும்.'

தலைமை அதிகாரி, லெனினை நின்று நிதானமாக முறைத்தார்.

'முடியாது. என்ன செய்யப்போவதாக உத்தேசம்?'

தனது சட்டைப் பாக்கெட்டிலிருந்த மாணவர் அடையாள அட்டையை எடுத்து மேஜையின் மீது எறிந்தார் லெனின்.

'சட்டம் சொல்லித்தர வேண்டிய அமைப்பே சட்டவிரோதமாக நடைபெறும்போது, எங்களால் எப்படிப் படிக்க முடியும்? அப்படிப்பட்ட கல்வியே எங்களுக்குத் தேவையில்லை.'

லெனினைத் தொடர்ந்து பிற மாணவர்களும் தங்களது அடையாள அட்டைகளை ஆவேசத்துடன் அதிகாரிகள் முன்பு தூக்கி எறிந்துவிட்டு, வெளியேறினர்.

நிர்வாகம் பதறிப் போனது. கலகம் செய்த ஒவ்வொருவரின் பெயரையும் அவசர அவசரமாக எழுதிக் கொண்டனர். லெனினின் பெயரை எழுதி, கீழே கோடு போட்டு வைத்தனர். 'கூடுதல் எச்சரிக்கையுடன் கவனிக்கப்பட வேண்டிய ஆள்' என்று அர்த்தம்.

நிர்வாகத்தினர் கூடிப் பேசினார்கள். முதலில் லெனினை ஏதாவது செய்ய வேண்டும். கல்லூரியைவிட்டு நீக்கலாம் என்று பேசிக் கொண்டிருந்தபோது ஒரு கடிதம் வந்து சேர்ந்தது. அனுப்பியிருந்தவர் லெனின். 'தற்போதையச் சூழலில் கல்லூரிப் படிப்பை ஒழுங்காகப் படிக்க முடியும் என்று எனக்குத் தோன்றவில்லை. ஆகவே, தயவு செய்து என்னுடைய பெயரை பதிவேட்டிலிருந்து அகற்றிவிடுங்கள். மிக்க நன்றி.'

சுருக்கென்று கொட்டியது போல் இருந்தது நிர்வாகத்துக்கு. ஆரம்பத்திலேயே சந்தேகப்பட்டது சரியாகிவிட்டது. அண்ணனைப் போலத்தான் இருக்கிறான் தம்பியும்.

அடுத்த சில தினங்களில் லெனினும் அவரது நண்பர்களும் கைது செய்யப்பட்டனர்.

லெனினைக் கைது செய்த காவல் அதிகாரி, அவரிடம் பேச்சுக் கொடுத்தார்.

'எதற்காக இந்தத் தேவையற்ற போராட்டம். இது சுவர். உடைக்க முடியாது. இப்போதாவது புரிந்ததா?'

'ம். புரிந்தது. இது சுவர்தான். ஆனால், மட்கிப் போன சுவர். இதை உடைக்க வேண்டாம். தள்ளினாலே உதிர்ந்துவிடும். அதை நீங்கள் எல்லோரும் பார்க்கத்தான் போகிறீர்கள்.'

சிறைச்சாலைக்குள் நுழைந்ததும் தன் நண்பர்களிடம் லெனின் கூறியது இதைத்தான். 'இது சிறைச்சாலை அல்ல. நாம் அனை

வரும் ஒன்று சேர்ந்து யோசித்து திட்டமிடுவதற்காக நமக்குக் கிடைத்துள்ள வாய்ப்பு.'

கல்லூரி நிர்வாகத்தின் விரோதத்தைச் சம்பாதித்துக் கொண்டாகி விட்டது. இனியொரு முறை வளாகத்துக்குள் காலடி எடுத்து வைக்க முடியாது. எனில், போராட்டத்தின் அடுத்தக் கட்டம் என்னவாக இருக்கப் போகிறது? இயக்கத்தின் செயல்திட்டம் என்ன? எதை சாதிக்கப் போகிறோம்? எப்படி? எல்லோரும் உட்கார்ந்து நீண்ட நேரம் பேசினார்கள்.

லெனின் தனது கருத்தை எந்தக் குழப்பமும் இல்லாமல் பதிவு செய்தார்.

'நமக்கு ஒரே ஒரு வழிதான் இருக்கிறது. என்ன நடந்தாலும் சரி. படிப்பே நின்று போனாலும் போராட்டத்தைக் கைவிடக் கூடாது.'

'போராட்டம் என்றால் எப்படிப்பட்ட போராட்டம்? கோஷங்கள் எழுப்புவதாலும், ஊர்வலம் போவதாலும் ஏதாவது சாதிக்க முடியும் என்று நினைக்கிறாயா?'

'நிச்சயம் முடியும்.'

'சிறையை விட்டு வெளியில் வந்தவுடன் என்ன செய்யப் போகிறாய்?'

'புரட்சிகரப் பாதையில் தொடர்ந்து பயணம் செய்ய போகிறேன். என்னுடன் இணைய விரும்புபவர்கள் இணையலாம்.'

டிசம்பர் 5-ம் தேதி லெனின் கல்லூரியிலிருந்து வெளியேற்றப் பட்டார். கஸானில் இனி அவர் வசிக்கக் கூடாது என்று டிசம்பர் 7 அன்று தடையுத்தரவு பிறப்பிக்கப்பட்டது. அப்போது லெனினுக்கு பதினேழு வயது.

லெனினின் சகோதரி ஆன்னாவுக்கும் இதே போன்ற உத்தரவு தான் முன்னர் பிறப்பிக்கப்பட்டது. காவல்துறையின் நேரடி கண்காணிப்பின் கீழ் கோகுஷ்கினோ (Kokushkino) என்னும் கிராமத்தில் அவர் தங்கியிருந்தார். லெனினையும் அதே பகுதிக்கு இடம் மாற்றினார்கள். 'ஒழுங்கு மரியாதையாக இங்கேயே தங்கியிரு. கலகம், புரட்சி என்று ஏதாவது செய்தால் உன் அண்ணன் வசிக்கும் ஊருக்கு அனுப்பிவிடுவோம். ஜாக்கிரதை.'

கோகுஷ்கினோவுக்கு வந்து சேர்ந்தார். அலெக்ஸாந்தரின் நினைவு அரிக்கத் தொடங்கியது. 'இப்போது புரிகிறது அண்ணா. நீ பட்ட அத்தனை சிரமங்களும் புரிகிறது. உன்னுடைய பாதை தான் என்னுடைய பாதையும் என்பதை ஆத்மார்த்தமாக உணர்கிறேன்.'

●

ரஷ்யாவை உய்விக்க வேண்டுமானால், அடக்குமுறை ஒழிய வேண்டும். ஜார் ஆட்சி அகற்றப்பட வேண்டும். அதற்கு தேவை மார்க்ஸிய ரீதியிலான போராட்ட முறை. எனவே, மார்க்ஸி யத்தைக் கற்க வேண்டும். அதுதான் அரிச்சுவடி. பொருளா தாரமும் வரலாறும் தெரியாமல் மார்க்ஸியம் பயில முடியாது. ஆக, வலுவான வாசிப்புத் தளம் அத்தியாவசியம்.

கஸானிலுள்ள தனது உறவினர்களின் உதவியுடன் கட்டுக் கட்டாகப் புத்தகங்களை வாங்கி வைத்துக் கொண்டு வாசிக்க ஆரம் பித்தார் லெனின். சட்டம், பொருளாதாரம், வரலாறு, இலக்கியம், இன்னும் நிறைய.

அட்டவணை அமைத்துக் கொண்டு பரீட்சைக்குப் படிப்பது போல் படித்தார் லெனின். அதிகாலையிலேயே எழுந்து விடுவார். கண்களைத் திறந்த மறு கணமே வாசிப்பு தொடங்கி விடும். இரண்டு நாள்களுக்கு ஒரு புத்தகம். அல்லது ஒரு நாளில் ஒன்று. சில புத்தகங்கள் நூலகங்களிலிருந்து இரவல் வாங்கி யவை என்பதால் குறிப்பிட்ட காலத்துக்குள் திரும்ப அளித்துவிட வேண்டும். நான்கு கால் பாய்ச்சலில் படித்துக் கொண்டால்தான் உண்டு.

கூடவே, சட்டப் புத்தகங்களையும் படித்தார் லெனின். சட்டக் கல்லூரியிலிருந்து நீக்கியதற்காக முடங்கி உட்கார்ந்து விட முடியாது. இன்றில்லாவிட்டால் நாளை பரீட்சை எழுதியாக வேண்டும். கல்லூரி அனுமதிக்காவிட்டால் தனியாகக் கட்டணம் செலுத்தி எழுத வேண்டியதுதான். கல்லூரியில் சொல்லிக் கொடுப்பதை விட இரு மடங்கு அதிகம் படிக்க வேண்டும். படித் தார். சொல்லிக் கொடுக்க ஆசிரியர்கள் இல்லை. தேவைப்படும் அத்தனை புத்தகங்களும் கிடைக்கும் என்று சொல்வதற்கில்லை. ஆனால், இவை எதுவுமே லெனினுக்குத் தடையாக இருக்க வில்லை.

மதிய உணவு, இரவு உணவுகளுக்கு தலா பதினைந்து நிமிடங்கள் இடைவெளி. அவ்வளவுதான். இடையிடையே மென்று தின்பதற்கு ஒரு கிண்ணம் நிறைய சூரியகாந்தி விதைகள்.

●

ஒரு வழியாக, கஸானுக்குத் திரும்ப 1888-ல் லெனினுக்கு அனுமதி கிடைத்தது. ஆனால், பல்கலைக்கழகத்தின் கதவைத் தட்டிய போது, ஒருவரும் பதில் சொல்லவில்லை. ஊர் திரும்ப மட்டும் தான் அனுமதியாம். படிக்க முடியாதாம். ஏன்? எக்காரணத்தை முன்னிட்டும் லெனின் புத்தகத்தைப் பிரித்து படிக்கக் கூடாது என்று பல்கலைக்கழகம் நிரந்தமாக தடை விதித்திருந்தது.

சரி ஒழியட்டும், வேறு ஏதாவது அயல் நாட்டுக்குச் சென்று படிப்பைத் தொடரலாமா என்றால், அதற்கும் தடை. பாஸ் போர்ட், விஸா எதுவும் கிடையாது. எத்தனை முயன்றும் பலனில்லை. ஆக, இரண்டே வழிகளைத்தான் முன் வைத்தது ஜார் அரசாங்கம். வீட்டோடு முடங்கிக் கிட. அல்லது, ஏதாவது சிறு வேலை செய்து வயிற்றைக் கழுவு.

இரண்டும் வேண்டாம், இன்னொன்று என்று முடிவு செய்தார் லெனின். போராட்டம்.

கஸானில் அப்போது சட்டவிரோதமான முறையில் சில அமைப்புகள் சத்தம் போடாமல் இயங்கி வந்தன. மார்க்ஸ், எங்கெல்ஸ் இருவரின் சிந்தனைகள்தான் இந்த அமைப்புகளின் ஜீவசக்தி. ரகசியமாகப் படிப்பார்கள். ரகசியமாக விவாதிப் பார்கள். புரட்சிகரமான சிறு பிரசுரங்கள் வெளியிட்டு, (பெரும் பாலும் கையால் எழுதப்பட்டவைதான். அச்சு கோப்பது ஆபத்து) யாருக்கும் தெரியாத இருட்டு வேளைகளில் இயக்கத்தினரிடம் கொண்டு போய் சேர்ப்பார்கள். மீண்டும் படிப்பு. மீண்டும் விவாதம்.

இப்படிப்பட்ட ஓர் இயக்கத்தில் லெனின் இணைந்து கொண்டார். புதிய நண்பர்கள் கிடைத்தனர். நரோத்னயா வோல்யா (Narodniya Volya) என்னும் பெயரில் ஓர் அமைப்பு இயங்கி வருவதை அவர் தெரிந்து கொண்டது அப்போதுதான்.

இந்த அமைப்பில் இருந்தவர்கள் நரோத்னிக்குகள் என்று அழைக்கப்பட்டனர். நரோத் என்றால் ரஷ்ய மொழியில் மக்கள்.

நரோத்னிக்குகள் என்றால் மக்களிடம் செல்பவர்கள். பிற புரட்சிகர இயக்கத்தினரைப் போலவே இவர்களும் மார்க்ஸியம் கற்றவர்கள்தாம். ஆனால், மெத்த படித்தவர்களைப் போல் மக்களை விட்டு விலகி நிற்காமல் மக்களோடு மக்களாக கலந்து நிற்பவர்கள்.

ஜார் ஆட்சி அகற்றப்பட வேண்டும். இதுதான் நரோத்னிக்கு களின் கனவு, லட்சியம் எல்லாம். இந்தக் கனவை அடைவதற்கு அவர்கள் நம்பியிருந்தது விவசாயிகளை. விவசாயிகளை ஒன்று திரட்டி, அவர்கள் மூலம் ஜார் ஆட்சியை அகற்றுவதுதான் திட்டம்.

லெனினால் நரோத்னிக்குகளை ஏற்றுக் கொள்ள முடியவில்லை. காரணம், இவர்கள் பயங்கரவாதத்தை நம்பியிருந்தார்கள். 'ஜாரைப் பிடிக்கவில்லையா? சரி, கொன்றுவிடு. தப்பேயில்லை. அடுத்து யார் வருகிறார்கள்? மற்றொரு ஜாரா? அவரும் அராஜகம் செய்கிறாரா? தயங்காதே. கொல். வெடிகுண்டு அல்லது துப்பாக்கி. அல்லது கலவரம். அல்லது உணவில் விஷம்.' இதுதான் அவர்களது போர் முறை. அலெக்ஸாந்தர் நம்பி ஏமாந்த அதே போர் முறை. அலெக்ஸாந்தரைக் காவு கொண்ட போர் முறை.

'ஜாக்கிரதை! நாங்கள் இருக்கிறோம்' என்று ஜார் அரசாங்கத்தை பயமுறுத்தவே நரோத்னிக்குகள் விரும்பினார்கள். இப்படி பயமுறுத்தினால், ஒரு பயலும் அரியணை ஏறமாட்டான். நாமே நாளடைவில் ஆட்சியைக் கைப்பற்றிக் கொள்ளலாம் என்பது அவர்களது கனவு.

முதல் பரிச்சயத்திலேயே லெனின், அவர்களை நிராகரித்து விட்டார். அதற்கான காரணத்தையும் மிகத் தெளிவாக தனது நண்பர்களிடம் தெரிவித்தார். 'இதோ பாருங்கள். தனி நபர் களை அகற்றுவது முக்கியமல்ல. வரிசை வரிசையாக அத்தனை ஜார் மன்னர்களையும் நிற்க வைத்து தலையைச் சீவினாலும் பிரச்னை அப்படியேதான் இருக்கப் போகிறது. நாம் ஒழிக்க வேண்டியது, ஜார் ஏற்படுத்திய அமைப்பை. அதுதான் தளம். அந்தத் தளத்தைத்தான் தகர்க்க வேண்டும். தளத்தின் மீது ஊர்ந்துச் செல்லும் மனிதர்களை அல்ல. நரோத்னிக்குகள் தேர்ந்தெடுத்திருக்கும் பாதை தவறானது. அழிவை ஏற்படுத்தக் கூடியது.'

லெனின் அனுமானித்தபடியே நரோத்னிக்குகள் சரிய ஆரம்பித்தனர். கொல்லப்பட்ட ஜாரின் இடத்தை மற்றொரு ஜார் பிடித்துக் கொண்டார். புதிய ஜார் வந்தவுடன் பழைய ஜாரைக் கொன்ற நரோத்னிக்குகள் வேட்டையாடப்பட்டனர். நரோத்னிக்குகள் எங்கிருந்தாலும் அவர்களை உயிருடனோ பிணமாகவே பிடித்து வரும்படி காவல்படை ஏவிவிடப்பட்டது.

விளைவு? நரோத்னிக்குகள் பின்வாங்க ஆரம்பித்தனர். வெட்ட வெட்ட துளிர்க்கும் ஜார் ஆட்சி அவர்களுக்குச் சலிப்பூட்டியது. ஜார் ஒரு பூதம். அவரை ஒருவரும் ஒன்றும் செய்துவிட முடியாது. ரஷ்யாவின் தலைவிதியை இனி யாராலும் மாற்ற முடியாது. இப்படி ஒரு முடிவுக்கு நரோத்னிக்குகள் வந்து சேர்ந்தனர்.

தவிரவும், ஜார் அரசாங்கத்துடன் சமாதானம் பேச ஆரம்பித்தனர். ஐயா மன்னரே, தெரியாமல் ஏதோ கலகம், புரட்சி என்று ஏதேதோ செய்துவிட்டோம். குறைகள், குற்றங்களை மறந்து, எங்களை உங்கள் அடிப்பொடிகளாக ஏற்றுக் கொள்ளுங்கள். ஒட்டுமொத்த ரஷ்யாவையும் சுருட்டி நீங்கள் பாக்கெட்டில் போட்டுக் கொண்டாலும் சரி, நாங்கள் வாய் திறக்க மாட்டோம்.

நரோத்னிக்குகள் சரிய ஆரம்பித்தபோது, லெனின் தன்னை முழுமையாக தயார் படுத்திக் கொண்டிருந்தார்.

●

1891, மே 8 அன்று சகோதரி ஓல்கா மரணமடைந்தார். குடும்பத்தில் மூன்றாவது பெரும் இழப்பு. சோகத்தை மென்று விழுங்கி விட்டு, தொடர்ந்து படிக்க ஆரம்பித்தார் லெனின்.

சட்டக் கல்லூரியில் நான்காண்டுகள் படிக்க வேண்டிய பாடங்களை ஒன்றரை ஆண்டுகளில் முழுவதுமாக கரைத்துக் குடித்தார் லெனின். 1891-ல் பீட்டர்ஸ்பெர்க் பல்கலைக்கழகத்தில் நேரடியாகத் தேர்வுகள் எழுதினார் லெனின். கல்லூரியில் சேர்ந்து படிக்க இயலாதவர்கள் இப்படி நேரடியாகப் பல்கலைகழகம் மூலமாக தேர்வு எழுத முடியும். ஆனால், அத்தி பூத்தாற்போல் யாரோ ஒரு சிலர் மட்டுமே இதில் தேர்ச்சி பெறுவார்கள்.

அனைத்துப் பாடங்களிலும் அதிக மதிப்பெண்கள் பெற்று, தேர்ச்சி பெற்றார் லெனின். எல்லாவற்றிலும் முதல். தேர்வு

எழுதிய மாணவர்களிலேயே அவர் மட்டும்தான் முதல் வகுப்பில் தேர்ச்சி பெற்றிருந்தார். இந்த முறை லெனினை உதாசீனம் செய்ய பல்கலைக்கழகத்தால் முடியவில்லை.

மார்ச் 1892-ல் லெனின் ஒரு வழக்கறிஞராகப் பொறுப்பேற்றுக் கொண்டார். உத்தியோகம் வோல்கா நதிக்கரையில் அமைந் துள்ள சமாரா என்னும் பகுதியில். இனியாவது பணம் சம்பாதிப்பார் என்று எல்லோரும் நினைத்துக் கொண்டிருந்த போது, கறுப்பு கோட்டைக் கழற்றி வைத்து விட்டு, புத்தகங் களை வைத்துக் கொண்டு படிக்க ஆரம்பித்தார்.

'என்ன லெனின், மீண்டும் படிக்க ஆரம்பித்துவிட்டாய். வக்கீல் ஆகிவிட்டாயே. பிறகு என்ன?'

'வக்கீல் ஆவதற்காகப் படிக்கவில்லை. மார்க்ஸியவாதி ஆவ தற்குத்தான் படிக்கிறேன்.'

எது மார்க்ஸியம் என்பதைத் தெளிவுபடுத்த வேண்டிய அவசியம் இருப்பதாக லெனினுக்குத் தோன்றியது. காரணம், நரோத்னிக்கு கள். அடி, உதை, கத்தி, கபடா என்று சண்டைக்குப் போகும் இவர்களை மார்க்ஸியவாதி என்று ரஷ்யர்கள் கருத வாய்ப்பிருக் கிறது. இவர்களுடைய சித்தாந்தம்தான் மார்க்ஸியம் என்று ஏற்றுக் கொள்ளவும் வாய்ப்பிருக்கிறது.

தவிரவும், மார்க்ஸியவாதிகள் என்று தங்களை அழைத்துக் கொண்ட பலரும் கூட, பொருள்முதல் வாதம், இயங்கியல், பாட்டாளி மக்கள் சர்வாதிகாரம் என்றெல்லாம் சொல்லி மக்களை பயமுறுத்திக் கொண்டு இருந்தார்கள். மார்க்ஸ், எங்கெல்ஸின் நூல்களிலிருந்து கருத்துகளைத் தொகுத்து சிறு பிரசுரங்களாக வெளியிட்டார்கள். சரிதான். ஆனால், அது புரியும் மொழியில் இருக்கிறதா என்று பார்க்கவில்லை. இந்தப் பிரசு ரத்தைப் படித்தால் புயல் போல் வரும் தீமை யாவும் பனி போல் உருகிவிடும் என்று ஆருடம் பார்ப்பவர்கள் போல் கிசுகிசுத் தார்களே தவிர, புயல், பனியாக மாறும் வித்தை எப்படி நிகழும் என்று சொல்லிக் கொடுக்கவில்லை.

மார்க்ஸும் எங்கெல்ஸும் அப்படி என்னதான் சொல்லியிருக்கி றார்கள்? இவர்களுடைய எழுத்துகள்தான் மார்க்ஸியமா? மார்க் ஸியத்தை யார் கற்க வேண்டும்? எப்படி? எதற்காக? தொழிலாளி

களும் விவசாயிகளும் கூட பயில வேண்டுமா? நரோத்னிக்குகள் சொல்வது மார்க்ஸியம் இல்லை என்றால் உண்மையான மார்க் ஸியம் எது? இது போன்ற பிரசுரங்களை ஏன் அரசாங்கம் தடை செய்கிறது?

இத்தனை விஷயங்களையும் தெளிவுப்படுத்த வேண்டும். மக்களிடம் இருந்து அந்நியப்பட்டு நிற்காமல், 'நான் ஓர் அறிவு ஜீவி; உலகை உய்விக்கும் மந்திரம் என்னிடம் இருக்கிறது. வந்து கற்றுக்கொள்' என்று உயரத்தில் உட்காராமல், மக்களிடம் இறங்கி வர வேண்டும். தொழிலாளர்களிடம் பேச வேண்டும். விவசாயிகளிடம் பேச வேண்டும். மாணவர்களிடம். பெண் களிடம். வயதானவர்களிடம். வர்த்தகம் செய்பவர்களிடம். அவரவருக்குப் புரியும் மொழியில் பேச வேண்டும். அவர்கள் தோள் மீது கை போட்டு பேசவேண்டும். தலைக்குப் பின்னால் ஒளிவட்டம் சுழலாமல் பார்த்துக்கொள்ள வேண்டும்.

●

மார்க்ஸியத்தை மக்களிடையே கொண்டுச் செல்லும் பணியில் குறிப்பிடத்தகுந்த அளவுக்கு வெற்றி பெற்றவர் பிளாக்கனோவ். (Plekhanov). தீவிர மார்க்சியவாதி. தீவிர புரட்சியாளர். மார்க்சிய சித்தாந்தத்துக்கு தத்துவார்த்த ரீதியில் பங்களிப்பு அளித்தவர். லெனினுக்கு இவர் மீது தனி அபிமானம் இருந்தது.

பிளாக்கனோவ், 1883-ம் ஆண்டு 'தொழிலாளர் விடுதலைக் குழு' என்ற அமைப்பை ஜெனீவாவில் உருவாக்கினார். மார்க்ஸிய நூல்களை ரஷ்ய மொழியில் மொழி பெயர்ப்பதுதான் இவர் களுடைய பணி. ஆபத்தான வேலைதான். அதனால், ரகசிய மாகவே இயங்கினார்கள். ஜெனீவாவிலேயே பிரதிகள் அச்சிட்டு, ரகசியமாக ரஷ்யாவுக்குள் அனுப்பி வைத்தார்கள். தவிரவும், சொந்தமாக சில அடிப்படை நூல்களையும் இவர்கள் உருவாக்கினார்கள்.

ரஷ்யாவில் இவர்கள் பலமான எதிர்ப்பைச் சந்திக்க வேண்டி யிருந்தது. எதிர்த்தவர்கள் நரோத்னிக்குகள். ஒரு அமைப்பாக இவர்கள் எப்போதோ சிதறிவிட்டனர் என்றாலும், அறிவுஜீவி கள் என்று தம்மை அழைத்துக் கொண்ட பலர் ரகசியமாக இயங்கிக் கொண்டுதான் இருந்தனர். என்றாவது ஒரு நாள் நரோத்னிக்குகளுக்கு புத்துயிர்ப்பு கிடைக்கும் என்ற நம்பிக்கை

யில் இவர்கள் காத்துக் கொண்டிருந்தார்கள். பிளாக்கனோவ் அறிமுகப்படுத்திய மார்க்ஸியத்தை இவர்கள் ஏற்றுக் கொள்ள மறுத்தனர். அவர்களைப் பொறுத்தவரை மார்க்ஸியம் ஒரு போட்டி இயக்கம். நரோத்னிக்குகளுக்கு எதிரான இயக்கம். ஆகவே எதிர்க்கப்பட வேண்டும். எதிர்த்தார்கள்.

பிளாக்கனோவ், நரோத்னிக்குகளை வன்மையாக எதிர்த்தார். அவர்களது கொள்கையை தகர்த்தார். அதே போல், புரட்சிக் காரர்களின் பணி என்ன என்பதை பிளாக்கனோவ் தெளிவாகச் சுட்டிக் காட்டினார். முதல் காரியமாக, தொழிலாளி வர்க்கத் தின் ஆதரவைப் பெற வேண்டும். இது முக்கியம். தொழி லாளர்கள் இல்லாமல் எதையும் செய்ய முடியாது. பிறகு, அவர்களுக்கு விழிப்புணர்வு ஏற்படுத்தி, அவர்களை ஒன்று திரட்டி, சொந்தமாகத் தொழிலாளி வர்க்கக் கட்சியை உண் டாக்க வேண்டும். அமைப்பு ரீதியாக அவர்கள் திரண்டால்தான் பலம் பெருகும்.

விவசாயிகள் அல்லர். தொழிலாளர்களால்தான் ஆரோக்கிய மான மாற்றத்தை ஏற்படுத்த முடியும் என்றார் பிளாக்கனோவ். லெனினின் முடிவும் இதுவேதான்.

ஒப்பீட்டளவில், விவசாயிகளை விட தொழிலாளிகள் வர்க்கம் எண்ணிக்கையில் குறைவாகவே இருந்தது, உண்மைதான். ஆனால், எதிர்காலத்தில் விவசாயிகளைவிட அதிக எண்ணிக்கை யில் வளரக்கூடியவர்கள் தொழிலாளர்கள்தான். காரணம், ஐரோப்பிய நாடுகளில் தொழிற்சாலைகள் பெருகிக் கொண்டே போகின்றன. புதுப் புது இயந்திரங்களை உற்பத்தி செய்ய ஆரம்பித்துவிட்டனர். இந்த மாற்றங்கள் ரஷ்யாவை எட்டிப் பிடிக்கும் நாள் வெகு தொலைவில் இல்லை. இப்போதைக்கு அங்கொன்றும் இங்கொன்றுமாகப் பல பெரிய தொழிற் சாலைகள் முளைக்க ஆரம்பித்துவிட்டன.

எனவே, தொழிலாளர்களுக்கான தேவை அதிகரித்துக் கொண்டே செல்கிறது. தொழிற்சாலைகள் பெருகினால்தான் உற்பத்தி பெருகும். உற்பத்தி பெருகினால்தான் வளம். ஆக, ஒரு தேசத்தின் வளர்ச்சிக்குத் தொழிலாளர்கள்தான் அச்சாணி. படித்த பண்டிதர்களால் அல்ல; படிக்காத ஏழைத் தொழிலாளர்களால் தான் மாற்றத்தைக் கொண்டு வர முடியும். இவர்களது உழைப்பு சுரண்டப்படக் கூடாது. புரட்சி என்று ஒன்று சாத்தியமானால்,

அது தொழிலாளர்கள் ஒன்று திரண்டு மேற்கொள்ளும் புரட்சி யாகத்தான் இருக்கும்.

எனவே, ஒன்று திரட்டத் தொடங்கினார் லெனின்.

●

நீதிமன்றத்துக்குச் சென்று 'கனம் கோர்ட்டார் அவர்களே' என்று தொண்டையைச் செருமிக் கொண்டு பேசி பொழுதை வீணாக்க விரும்பவில்லை அவர். வழக்கு என்று எடுத்துக் கொண்டு, அவர் வாதாடியது குறைதான். ஆனால், எடுத்துக் கொண்ட வழக்குகள் எல்லாமே தொழிலாளர்களுக்கு ஆதரவானவை. ஏகப்பட்ட பொய் வழக்குகள் அவர்கள் மீது பதிவு செய்யப்பட்டிருந்தன... கொடுத்த வேலையை ஒழுங்காக செய்யவில்லை. அதிக ஊதியம் கேட்கிறான். எதிர்த்துப் பேசுகிறான். விடுமுறை எடுத்துக் கொள்கிறான். தடை செய்யப்பட்ட பிரசுரங்கள் படிக்கிறான். ஆனானப்பட்ட ஜார் மன்னரையே எதிர்த்துப் பேசுகிறான். இன்னபிற.

இவர்களுக்காக மட்டுமே வாதாடினார் லெனின். இவர்களுக்காக மட்டுமே நேரம் செலவிட்டார். பிற சமயங்களில், *பிரசாரம், பிரசாரம், பிரசாரம்.*

சின்னச் சின்ன ரகசியக் கூட்டங்கள் நடத்தப்பட்டன. திரண்டவர் கள் தொழிலாளர்களும் அவர்களது குடும்பத்தினரும்தான். தெரிந்த நண்பர்களிடம் பேசுவது போல் அவர்களிடம் உரை யாடினார் லெனின்.

'தோழர்களே, கார்ல் மார்க்ஸ் நமக்கு அந்நியமானவர் அல்லர். ரஷ்யாவைப் பற்றி நன்கு அறிந்தவர். நம் தேசத்தை ஆய்வு செய்தவர். நம்மைப் புரிந்துகொள்ள வேண்டும் என்பதற்காகவே நம்முடைய ரஷ்ய மொழியையும் கற்றவர். எங்கெல்ஸும் அப்படித்தான். கம்யூனிஸ்ட் கட்சி அறிக்கையும் மூலதனமும் நமக்காக இவர்கள் விட்டுச் சென்றுள்ள செல்வங்கள். விலை மதிப்பற்ற செல்வங்கள்.

பயந்து விடாதீர்கள். உங்களுக்குப் புரியாத மொழியில், கடின மான பதங்களோடு இவை எழுதப்பட்டிருப்பது உண்மைதான். ஒரே வாசிப்பில் புரிந்துகொள்ளக் கூடிய கருத்துகள் அவற்றில் இல்லை. ஒப்புக்கொள்கிறேன். ஆனால், அதற்காக அவற்றை ஒதுக்கி வைப்பது சரியல்ல.

இதோ, உங்களுக்காக மார்க்ஸியத்தை எளிமையாக்கித் தருகி றேன். சிறு சிறு கட்டுரைகளாக எழுதித் தருகிறேன். ஒவ்வொரு தலைப்பாக எடுத்து வைத்துக்கொண்டு உங்களிடம் பகிர்ந்து கொள்கிறேன்.'

தொழிலாளர்கள் உற்சாகம் அடைந்தனர்.

கூட்டம் சேர ஆரம்பித்தது. நமக்காக இவர் ஏதோ சொல்கிறாரே, அப்படி என்னதான் சொல்கிறார், கேட்போம் என்று தொழி லாளர்கள் திரண்டனர். லெனின் அவர்களை ஏமாற்றவில்லை. ஒவ்வொரு கூட்டத்தின் போதும், ஒவ்வொரு புதிய தகவலை அவர்களுக்குச் சொல்லிக் கொடுத்தார்.

'தோழர்களே, நமது ஜார் அரசாட்சியைப் பற்றி மார்க்ஸ் சரியாகக் கணித்து எழுதியிருக்கிறார். தெரியுமா?'

'ஆ, அப்படியா? என்ன எழுதியிருக்கிறார்?'

'ஜார் மன்னன் ஐரோப்பிய பிற்போக்குச் சக்திகளின் தலைவன்.'

'சபாஷ், மிகச் சரியாகத்தான் எழுதியிருக்கிறார்.'

'ரஷ்யாவைப் பற்றி மிகவும் பெருமைப்படக்கூடிய ஒரு விஷயத்தையும் மார்க்ஸ் குறிப்பிட்டிருக்கிறார்.'

'சொல்லுங்கள், சொல்லுங்கள்.'

'புரட்சிப் போராட்டத்தில் ரஷ்யா முன்னணியில் நிற்கிறது. ஆக, நமது போராட்டம் வெற்றி பெற போகிறது. எல்லா துன்பங் களுக்கும் தீர்வு கிடைக்கப் போகிறது.'

●

ஓயாமல் அலைந்து கொண்டே இருந்தார் லெனின். காலை ஓரிடத்தில் கூட்டம். மதியம் வேறோர் இடத்தில். மாலை மற் றோர் இடத்தில். இரவு தொடங்கி நள்ளிரவு, அதிகாலை என்று ஓயாமல் வாசிப்பு. பிறகு, எழுத்து. சில சமயம் மொழிபெயர்ப்பு. சில சமயம் சிறு பிரசுரங்கள் தயாரிக்கும் வேலை. கையெழுத்துப் பிரதிகள், அச்சுப் பிரதிகள் இரண்டுமே உருவாக்கப்பட்டன, ரகசியமாக. ஜெர்மன் மொழியிலிருந்து கம்யூனிஸ்ட் கட்சி அறிக்கையை ரஷ்ய மொழிக்கு லெனின் மொழிபெயர்த்தது அப்போதுதான்.

மார்க்ஸியம் தீ போல் பரவ ஆரம்பித்தது.

தொழிலாளர்களிடம் நெருங்கிப் பழகினார் லெனின். அவர் களுடைய வாழ்க்கை முறையை, பின்புலத்தை, பொருளாதாரத் தேவைகளைக் கூர்மையாக ஆராய்ந்தார். காலம் காலமாக விளிம்பு நிலையிலேயே அவர்கள் தொங்கிக் கொண்டிருக்கும் அவலம் ஏற்படுவதற்கான காரணத்தை ஆராய்ந்தார்.

ஊர் ஊராக, கிராமம் கிராமமாக, தெருத் தெருவாகச் சுற்றினார். கஸான், சராத்தோவ், ஸீஸ்ரான், வோல்கா நதிக்கரை எங்கும் அலைந்தார். தந்தை இலியாவின் நினைவு வந்தது. 'அப்பா, நீயும் இப்படித்தானே சுற்றியலைந்தாய். வீட்டை மறந்து, மனைவி, குழந்தைகளை மறந்து, இப்படித்தானே உன்னை நீயே சமுதாயத்துக்காகக் கரைத்துக் கொண்டாய். உன்னைப் போல் அல்லாமல் என்னால் வேறு எப்படி இருக்க முடியும்?'

●

சமாராவிலிருந்து வெளியேற விரும்பினார். குறுகிய சாலையி லிருந்து அகண்ட பாதைக்குச் செல்ல வேண்டிய காலம் நெருங்கி விட்டது. சமாரா மாறினால் போதாது. ஒட்டுமொத்த ரஷ்யாவும் மாற வேண்டும். தொழில் வாய்ப்புகள் பெருகிக் கொண்டிருக் கின்றன. தொழிலாளி வர்க்கம், பல இடங்களில் மணி போல் சிதறிக் கிடக்கிறது. மார்க்ஸியம் என்னும் நூலில் அவர்களை அருகருகே வைத்துக் கோக்க வேண்டும்.

பெரிய வேலை. ஆபத்தான வேலை. அவசியமான வேலையும் கூட. உடனே, உடனே ஆரம்பிக்க வேண்டும்.

தம்பி திமீத்ரி பல்கலைக்கழகம் செல்லத் தயாராகிவிட்டான். அவனையும் தங்கை மரியாவையும் அழைத்துக் கொண்டு லெனி னின் தாயார் மாஸ்கோ செல்ல வேண்டியிருந்தது. ஆன்னாவைப் பற்றி இனி கவலைப்படத் தேவையில்லை. திருமணம் முடிந்து, கணவருடன் மாஸ்கோவிலேயே குடியேறிவிட்டார். ஆன்னா, அம்மாவைப் பத்திரமாகப் பார்த்துக் கொள்வார்.

ஆகஸ்ட் 1893-ல் லெனின் செயின்ட் பீட்டர்ஸ்பர்க் வந்து சேர்ந்தார்.

4. புயல், மேலும் புயல்

'லெனின் வந்திருக்கிறார். எச்சரிக்கை!'

செயின்ட் பீட்டர்ஸ்பெர்கில் லெனின் காலடி எடுத்து வைப்பதற்கு முன்பே சமாராவிலிருந்து எச்சரிக்கைச் செய்தி வந்து சேர்ந்துவிட்டது. அனுப்பியது காவல்துறை. ஒரு தேர்ந்த வக்கீலாக லெனின் பணி யாற்றத் தொடங்கியதற்குப் பிறகும் கூட காவல்துறை அவரை சந்தேகப் பட்டியலில்தான் வைத்திருந்தது.

இப்போது லெனின் செயின்ட் பீட்டர்ஸ்பெர்க் வந்ததன் காரணம், வக்கீல் தொழிலில் தேர்ச்சி பெற. சம்பாத்தியத்தைப் பெருக்க. வீடு, வாசல் என்று வசதியாக வாழ. புரட்சி செய்ய வந்தேன் என்று சொல்ல முடியாதல்லவா? அதற்காகத்தான். அதே போல், நண்பர்கள் மூலமாக மூத்த வழக்கறிஞர் ஒருவரைப் பிடித்தார். அவருக்குக் கீழ் பணி புரிவதாக ஏற்பாடு.

எதிர்பார்த்தபடியே யாரும் லெனினைச் சந்தேகிக்க வில்லை. நிம்மதியாக வேலையை ஆரம்பித்தார் லெனின்.

ரஷ்யாவின் தலைநகரமாக மட்டும் இருக்கவில்லை செயின்ட் பீட்டர்ஸ்பெர்க். பல புரட்சிக் குழுக்களின்

தலைமைப் பீடமாகவும் இருந்தது. மார்க்ஸியம் ஆழமாக வேரூன்றியிருந்த ஒரு சில நகரங்களில் செயின்ட் பீட்டர்ஸ் பெர்க்கும் ஒன்று. கனரக தொழிற்சாலைகள் பெருகிக் கொண் டிருந்தன. புதிய இயந்திரங்களின் வருகை அதிகரித்திருந்தன. தொழிலாளர்களின் தேவை ஒவ்வொரு நாளும் பன்மடங்கு பெருகிக் கொண்டிருந்தது.

ஆரோக்கியமான மாற்றம்தான். சந்தேகமில்லை. ஆனால், கூடவே தொழிலாளர்களின் நலனையும் தக்க முறையில் கவனித் திருந்தால் ரஷ்யா, நான்கு கால் பாய்ச்சலில் முன்னுக்கு வந்திருக்கும்.

நடந்தது வேறு.

ரயில்வேயிலும், பெரிய தொழிற்சாலைகளிலும், சுரங்கங்களி லும் கிட்டத்தட்ட மூன்று மில்லியன் தொழிலாளர்கள் பணியாற்றி வந்தனர். ஆனால், அவர்கள் அத்தனைப் பேரின் வாழ்க்கை நிலையும் ஒன்றுதான். வறுமை. தீராத வறுமை. ஒரு நாளைக்கு இருபது மணி நேரம் வேலை செய்தாலும் கூடுதலாக ஒரு கொபேக்* கூட சேர்க்க முடியாத நிலை.

பல தொழிற்சாலைகளை நேரில் சென்று பார்வையிட்டார் லெனின். அரசாங்க அதிகாரியைப் போல் புள்ளிவிவரங்கள் சேகரித்துக் கொண்டார். எந்தத் தொழிற்சாலை? எத்தனைப் பேர் வேலை செய்கிறார்கள்? ஆண்கள் எத்தனைப் பேர்? பெண்கள் எத்தனைப் பேர்? அவர்களுடைய ஊதியம் என்ன? ஆபத்தான சூழலில் வேலை செய்யும்படி அவர்கள் நிர்பந்திக்கப்படு கிறார்களா? அத்தனை விவரங்களையும் குறித்து வைத்துக் கொண்டார் லெனின்.

தொழிலாளர்களின் வீடுகளுக்குச் சென்றார். அவர்களுடன் சில நாள்கள் தங்கினார். குழந்தைகளை இழுத்து அருகில் வைத்துக் கொண்டு பேசினார். 'நீ ஏன் பள்ளிக்குப் போவதில்லை? உனக்குப் படிப்பதில் விருப்பம் இல்லையா? வேலைக்குப் போகும்படி உன்னை வீட்டில் நிர்பந்திக்கிறார்களா?'

முன்னரே இயங்கிக் கொண்டிருந்த சில புரட்சிகர இயக்கங் களைச் சென்று சந்தித்தார்.

---

* ரஷ்ய நாணயம்.

'தோழர்களே, இங்குள்ள தொழிலாளர்கள் நிலை மிகவும் மோசமாக இருக்கிறதே என்ன செய்வதாக உத்தேசம்?'

'மார்க்ஸியம் சொல்லிக் கொடுக்கிறோம். கருத்துமுதல் வாதம், பொருள்முதல் வாதம், பாட்டாளி வர்க்க சர்வாதிகாரம் எல்லா வற்றையும் சொல்லித் தருகிறோம். பிரசுரங்கள் விநியோகிக் கிறோம். போதாதா?'

'போதாது. இப்படிச் செய்தால் சங்கடங்கள் விலகிவிடுமா என்ன?'

'என்னதான் செய்ய வேண்டும் என்று நினைக்கிறீர்கள்?'

'எரிச்சல் வேண்டாம் தோழரே. மார்க்ஸியத்தைப் படிப்பது முதல் கட்டம். படித்த விஷயங்களை உள்வாங்கிக் கொண்டு செயல் படுத்துவது அடுத்தக் கட்டம். நாம் அடுத்தக் கட்டத்தை நோக்கி நகர வேண்டியுள்ளது.'

அவர்களுக்குப் புரியவில்லை. லெனின் புரிய வைத்தார். 'நாங்கள் மார்க்ஸியத்தைக் கற்றுத் தேர்ந்த பண்டிதர்கள்' என்று பெருமை யாக காலரைத் தூக்கி விட்டுக் கொண்டவர்களை முன் வரிசை யில் உட்கார வைத்து அடிப்படைப் பாடங்கள் எடுத்தார். சில விஷயங்களை ஆணித்தரமாகத் தெளிவுபடுத்தினார். தொழி லாளர்கள் மார்க்ஸியத்தை உள்வாங்க வேண்டும். அமைப்பு ரீதியாக அவர்கள் திரள வேண்டும். நடந்துகொண்டிருக்கும் போராட்டம் அவர்களுக்காகத்தான் என்பதை உணர்த்தியாக வேண்டும். புரிந்ததா?

●

மார்க்ஸியத்தை ஒரு சித்தாந்தமாக, புத்தகத்தோடு தங்கிவிடும் ஒரு தத்துவமாக மட்டுமே பார்க்கப் பழகியிருந்த புரட்சிகரக் குழுக்கள், முதல் முறையாக அந்தத் தத்துவத்தை நடைமுறைப் படுத்துவது பற்றி விவாதிக்க ஆரம்பித்தார்கள். அவர்களுக்கு ஏற்படும் அத்தனை சந்தேகங்களையும் லெனின் தீர்த்து வைத்தார். மார்க்ஸியத்தின் அடியாழம் வரை பயணித்து பொக்கி ஷங்களைச் சேகரித்து வைத்திருந்த லெனினை அவர்கள் ஆச்சரியத்துடன் கவனிக்க ஆரம்பித்தனர். லெனினைத் தமது மானசீகத் தலைவராக அவர்கள் ஏற்றுக் கொண்டது இந்தச் சந்தர்ப்பத்தில்தான்.

மற்றொரு புறம், தொழிலாளர்களின் ஆதரவும் லெனினுக்குக் கிடைத்தது. காரணம், முதல் முறையாக அவர்கள் வாழ்க்கை யோடு தொடர்புடைய கேள்விகளை எழுப்பி, அதற்கான விடைகளையும் அளித்தார் லெனின். விளைவு? தொழிலாளர்கள் உற்சாகமடைந்தனர். லெனின் கலந்து கொள்ளும் அத்தனைக் கூட்டங்களிலும் தவறாமல் கலந்து கொண்டனர்.

தொழிலாளர்களுக்குக் கற்றுக் கொடுப்பதோடு நிறுத்திக் கொள்ளவில்லை லெனின். அவர்களிடமிருந்து நிறைய கற்றுக் கொள்ளவும் செய்தார்.

தொழிலாளர்களால் நேசிக்கப்படும் ஒரு தலைவராக லெனின் வளர ஆரம்பித்தது இந்தக் கட்டத்தில்தான்.

●

தொழிலாளர்களிடையே உரையாடும்போது ஒரு வித்தியாசமான பிரச்னையை லெனின் சந்திக்க வேண்டியிருந்தது. 'நீங்கள் சுரண்டப்படுகிறீர்கள், உங்கள் உழைப்பு திருடப்படுகிறது' என்று லெனின் சொல்லும்போது பலர் திருதிருவென்று விழித்தனர்.

'அதெப்படி? எங்களுக்குத்தான் ஊதியம் தருகிறார்களே?'

'தருகிறார்கள். ஆனால், உங்கள் உழைப்புக்கு ஏற்ற ஊதியமாக அது இருக்காது.'

'அதென்ன உழைப்புக்கு ஏற்ற ஊதியம்? உழைப்புக்குக் கூடவா மதிப்பு இருக்கிறது? இயந்திரங்கள்தானே எல்லா வேலைகளை யும் செய்கின்றன?'

'அந்த இயந்திரங்களை இயக்குபவர்கள், பழுது பார்ப்பவர்கள் நீங்கள்தானே! உங்களைப் போன்ற தொழிலாளர்கள் இல்லா விட்டால் இயந்திரங்கள் என்ன செய்யும்? ஒரு நாளைக்குப் பதினைந்து மணி நேரம், இருபது மணி நேரம் என்று வேலை செய்தால் உங்கள் உடல் நலன்தானே கெடுகிறது?'

எத்தனை சொல்லியும் பலருக்குப் புரியவில்லை. உழைப்பு, மூலதனம், கூலி, சுரண்டல், உபரி மதிப்பு என்று மணிக்கணக்கில் பேசியும் ஒன்றும் புரியவில்லை.

'சரி உங்களுக்கு ஒரு கதை சொல்கிறேன். ஒரு சிங்கம் தான் வேட்டையாடிய உணவை எப்படிப் பகிர்ந்து கொள்கிறது என்று

பார்ப்போம். முதலில் உணவை நான்கு துண்டுகளாக அந்தச் சிங்கம் பிரித்தது. பிற விலங்குகள் ஆசை ஆசையாகச் சிங்கத்தை நெருங்கி வந்தன. முதல் பங்கை சிங்கம் எடுத்துக் கொண்டது. ஏனென்றால் வேட்டையாடியது சிங்கம்தான். உரிமை சம்பந்தப் பட்ட விஷயம் அது. ஆகவே, முதல் பங்கு அதற்குத்தான். இரண்டாவது பங்கு சிங்கத்துக்கு. காரணம், அந்தக் காட்டின் ராஜா அது. நியாயப்படி அதற்குத்தான் இரண்டாவது பங்கு போக வேண்டும். மூன்றாவது பங்கு சிங்கத்துக்கு. காரணம், இருப்ப திலேயே வலிமையான விலங்கு அதுதான். பிற விலங்குகளை விட அது உசத்தி அல்லவா?'

'அடப்பாவமே. சரி, நான்காவது பங்கையாவது பிற விலங்கு களுக்குக் கொடுத்ததா?'

'கிடையாது. நான்காவது பங்கும் சிங்கத்துக்குத்தான்.'

'ஏன்?'

'எங்களுக்குப் பங்கு கொடு என்று எந்த விலங்காவது சிங்கத்திடம் கை நீட்டுமா? அப்படியே நீட்டினாலும் சும்மா விட்டு வைக்குமா அந்தப் பொல்லாத சிங்கம்?'

'ஆ, இப்போதுதான் எல்லா விஷயங்களும் புரிகிறது.'

•

பிப்ரவரி 1894-ல் நதேஷ்தா க்ரூப்ஸ்கயாவின் (Nadezhda Krupskaya) அறிமுகம் கிடைத்தது. லெனினைப் போலவே அவரும் ஒரு தீவிர மார்க்ஸியவாதி. நெவ்ஸ்கயா ஜாஸ்தாவா (Nevskaya Zastava) மாநிலத்தில் பணிபுரியும் ஆசிரியர். அவரது தந்தை, கான்ஸ்டான் டின் க்ரூப்ஸ்கி (Konstantin Krupsky) அடிப்படையில் ஒரு கலகக் காரர். மார்க்ஸியவாதியும் கூட. அதனால்தான், தன் மகளையும் ஒரு போராளியாக உருவாக்க அவரால் முடிந்தது. பெண் குழந்தை களைப் பள்ளிக்கு அனுப்பவே பயந்த பெற்றோருக்கு மத்தியில் 'தைரியமாக உன் இஷ்டம் போல் படி' என்று முதுகில் தட்டிக் கொடுக்க க்ரூப்ஸ்கியால் முடிந்தது. பின்னாளில், மார்க்ஸியம் மீது இயல்பாகவே நதேஷ்தாவுக்கு ஆர்வம் ஏற்பட்டபோது, அவரைக் கட்டிப் பிடித்துக் கொண்டாடியிருக்கிறார் இவர்.

மார்க்ஸியத்தை ஊன்றி வாசித்தார் நதேஷ்தா. படித்ததோடு நிறுத்திக் கொள்ளாமல் தான் படித்தவற்றைப் பிறருக்குச்

சொல்லிக் கொடுக்க ஆர்வம் காட்டினார். ஒரு ஆசிரியராகவும் மாறினார். அவருடைய மாணவர்கள் குழந்தைகள் அல்லர். தொழிலாளர்கள். தொழிலாளர்களுக்கு அரசியல் அறிவு அத்தியாவசியம் என்ற புரிதல்தான் க்ரூப்ஸ்கயாவை இந்தப் பணியை செய்யத் தூண்டியது.

தொழிலாளர்கள் மத்தியில் ஓரளவுக்குப் பிரபலமானவர் நதேஷ்தா. படிப்பதில் ஆர்வம் உள்ள அத்தனைத் தொழிலாளர் களும் வேலை முடிந்தவுடன் நேராக இவரது வகுப்பறைக்கு ஓடி வந்துவிடுவார்கள். கைகளை ஆட்டியபடி ஏற்ற இறக்கத்துடன் அவர் எடுக்கும் பாடங்களை நாள் தவறாமல் தொழிலாளர்கள் கற்பது வழக்கம்.

முதல் சந்திப்பிலேயே லெனினை வசீகரித்துவிட்டார் நதேஷ்தா. தன்னுடைய அழகினால் அல்ல; தொழிலாளர்கள் மீது கொண்ட மெய்யான கரிசனத்தால்.

அரசியல் என்றாலே பயத்துடன் பின்வாங்கும் பெண்களுக்கு மத்தி யில் சிவப்புப் புத்தகங்களைத் தேடித் தேடிப் படிக்கும் நதேஷ் தாவைக் கண்கள் விரித்து பரவசத்துடன் பார்த்தார் லெனின்.

பொதுக்கூட்டம், வகுப்புகள், விவாதங்கள் எல்லாம் முடிந்த பிறகு, நதேஷ்தாவைத் தேடிச் செல்வார் லெனின். இருவரும் எதிரெதிரே அமர்ந்து கொண்டு நீண்ட நேரம் உரையாடுவார்கள். நதேஷ்தா, தனது வகுப்புகளைப் பற்றி ஆர்வத்துடன் விவரிப் பார். மணிக்கணக்கில் பேசிக் கொண்டே இருப்பார். பூங்காவில் அல்லது நூலகத்தில் அல்லது ஏதாவதொரு தோழரின் வீட்டில் அவர்கள் சந்திப்பார்கள். மெலிதாகப் பனி பெய்ய ஆரம்பிக்கும். க்ரூப்ஸ்கயா பேசுவதை நிறுத்த மாட்டார். உற்சாகமான ஒரு கட்டத்தைப் பற்றி பேச்சு திரும்பியிருக்கும். அல்லது வேடிக்கை யான ஒரு சங்கதி அப்போதுதான் சிக்கியிருக்கும். பனி, மழை, புயல். இதையெல்லாம் பார்த்துக் கொண்டிருக்க முடியுமா?

நதேஷ்தாவின் தலை முழுவதும் பனி பொட்டுப் பொட்டாக உறையத் தொடங்கியிருக்கும். தடித்த கம்பளி உடைகளையும் தாண்டி, குளிர் ஊடுருவ ஆரம்பிக்கும். அரை மனத்துடன் பாதி யிலேயே பேச்சைக் கத்தரித்துக் கொண்டு எழுந்து கொள்வார்.

'சரி, நாளை பார்ப்போமா?' உள்ளங்கைகளைத் தேய்த்து கன்னத் தில் வைத்துக் கொள்வார் நதேஷ்தா.

‘ஓ, பார்ப்போம்.’ தொப்பியைச் சரிசெய்தபடி எழுந்து கொள்வார் லெனின்.

பிறகுதான் லெனினுக்கு நினைவு வரும். அன்றைய பொதுக் கூட்டத்தில் நடந்த ஒரு சுவாரஸ்யமான சம்பவத்தை இன்னமும் அவர் பகிர்ந்து கொள்ளவேயில்லை. நின்றபடி பேச ஆரம்பிப்பார். இரண்டு, மூன்று மணி நேரங்கள் கழிந்த பிறகு, குளிர் காட்டமாக அதிகரிக்கும். பேச்சு முடிந்திருக்காது. ஆனாலும் என்ன? பிரிவார்கள். மீண்டும் அரை மனத்துடன்.

•

மேற்கு ஐரோப்பிய உலகம் எப்படிச் செயல்படுகிறது, அங்குள்ள தொழிலாளர்கள் நிலை எப்படி இருக்கிறது என்பதைத் தெரிந்து கொள்ளும் பொருட்டு லெனின் ஸ்விட்ஸர்லாந்து சென்றிருந்தார். அப்போது, அங்கே தங்கியிருந்த பிளாக்கனோவைச் சந்தித்து உரையாடினார். லெனின் முன்வைத்த கருத்துகளையும் அவரது தெளிவான செயல்திட்டங்களையும் கேட்டு அசந்து போன பிளாக்கனோவ், தனது ஆச்சரியத்தை வெளிப்படையாகப் பதிவு செய்தார்.

‘நான் இதுவரை எத்தனையோ மனிதர்களைச் சந்தித்திருக்கிறேன். ரஷ்யாவிலிருந்து பலரும் என்னை வந்து பார்த்துப் பேசியிருக்கிறார்கள். ஆனால், லெனினைப் போன்ற ஒருவரை நான் இதுவரை சந்தித்ததே கிடையாது. அவர் மீது ஏற்பட்டது போன்ற ஓர் ஈடுபாடும் எதிர்பார்ப்பும் வேறு ஒருவரிடமும் இதுவரை ஏற்பட்டது கிடையாது.’

ஸ்விட்ஸர்லாந்துக்கு அடுத்து பாரிஸுக்கும் பெர்லினுக்கும் பயணம் செய்தார் லெனின். அங்குள்ள தொழிலாளர்களிடம் உரையாடினார். விவாதித்தார். ரஷ்யர்களின் வாழ்க்கை நிலையையும் அவர்களுடைய வாழ்க்கை நிலையையும் அருகருகே வைத்து ஆராய்ந்தார்.

பாரிஸ் வந்து இறங்கியதுமே லெனினின் இதயம் படபடக்க ஆரம்பித்துவிட்டது. காரணம், லெனின் தன்னுடைய ஆசான்களில் ஒருவராக ஏற்றுக் கொண்ட எங்கெல்ஸ் வாழ்ந்து கொண்டிருந்த தேசம் அது. ஒரு முறையாவது அவரை நேரில் கண்டு உரையாட வேண்டும் என்று விரும்பினார் லெனின். ஆனால் எங்கெல்ஸ் அப்போது உடல் நலக் குறைவால் பாதிக்கப்

பட்டிருந்தார். இறுதி வரை அவரைச் சந்திக்க முடியாமலேயே போய்விட்டது.

அடுத்து, பாரிஸ் வீதிகளில் தேனீ போல் சுற்ற ஆரம்பித்தார் லெனின். ரஷ்யாவில் கிடைக்காத மார்க்ஸியப் புத்தகங்களை ஒவ்வொன்றாகத் தேடிப் பிடித்து வாங்கினார். தடை செய்யப் பட்ட இந்தப் புத்தகங்களை எப்படி எடுத்துச் செல்வது? ஒரு வழி கிடைத்தது. இரண்டு அடுக்குகள் கொண்ட மிகப் பெரிய பெட்டி ஒன்றை விலைக்கு வாங்கினார். கீழ்த் தளத்தில் புத்தகங்கள். மேலே ஒரு மறைப்புத் தட்டை. அதற்கு மேல் துணிமணிகள்.

எதிர்பார்த்தபடியே, பீட்டர்ஸ்பெர்கில் ஏகப்பட்ட கெடுபிடிகள். சுங்க அதிகாரிகள் கடுமையாகத்தான் சோதனையிட்டனர். பெட்டியைக் கவிழ்த்து, தட்டி, உருட்டிப் பார்த்தனர். எதுவும் கிடைக்கவில்லை.

•

தன்னைக் கண்காணிக்கும் காவல் துறை அதிகாரிகளை, ஒற்றர் களை மிகக் கவனமாக, சாதுரியமாக ஏமாற்றினார் லெனின். சாலையில் நடந்து கொண்டேயிருப்பார். தன்னைப் பின்தொடர் கிறார்கள் என்று ஒரு சிறு சந்தேகம் ஏற்பட்டாலும் போதும். வழக்கமாகச் செல்லும் பாதையைத் தவிர்த்துவிட்டு, புதிதாக வேறொரு பாதையைத் தேர்ந்தெடுத்து நடப்பார். இன்று ஒரு பாதையில் போனால், நாளை மற்றொன்று. மறு நாள், வேறொன்று. இருப்பிடத்தையும் தொடர்ந்து மாற்றிக் கொண்டே இருந்தார் லெனின்.

1895-ம் ஆண்டு லெனினின் முக்கியக் கனவொன்று நிறை வேறியது. பீட்டர்ஸ்பெர்க் முழுவதும் பரவியிருந்த மார்க்சிய வட்டங்களை இணைத்து, ஒரே அரசியல் அமைப்பாக உருவாக்க முடிந்தது. அமைப்பின் பெயர், தொழிலாளி வர்க்க விடுதலைப் போராட்ட ஐக்கியம் (The League of Struggle for the Emancipation of the Working Class). தலைவர் லெனின்.

போராட்ட ஐக்கியம், மக்களுக்கு நெருக்கமான ஒரு பிரத்தியேக அமைப்பாக இருக்கும்படி பார்த்துக் கொண்டார் லெனின். கட்சி உறுப்பினர்களுக்குக் கறாரான கட்டுப்பாடுகள் விதிக்கப்பட்டன. பொறுப்புகள் பகிர்ந்தளிக்கப்பட்டன. யார் யார் என்னென்ன செய்ய வேண்டும் என்ற தெளிவான வரையறை வகுக்கப்பட்டது.

மருதன்

வேலை ஆரம்பமானது. முதல் கட்டமாக மார்க்ஸியப் பிரசுரங்கள் பல வெளிவர ஆரம்பித்தன. ஆசிரியர் லெனின். அடுத்து, பிரசாரம். கருத்தியல் ரீதியாகப் பொது மக்களை ஒன்றிணைக்க இந்தப் பிரசாரங்கள் பெரிதும் உதவின. புரட்சி உணர்வை ஊட்டும் கோஷங்கள் ஆங்காங்கே எழுப்பப்பட்டன.

போராட்டம் என்றால் என்ன என்று தொழிலாளர்களுக்கு முறைப்படி கற்றுக் கொடுத்தார் லெனின். வேலை நேரம், ஊதியம், பணிப் பாதுகாப்பு போன்ற அடிப்படை உரிமைக்காகப் போராடுவதில் தப்பேயில்லை என்று எடுத்துக் கூறினார் லெனின். போராட்டம் என்றால் அடிதடி கிடையாது. வேலை நிறுத்தம் செய்வது கூட ஒரு போராட்ட உத்திதான் என்று தெளிவுபடுத்தினார். தொழிற்சாலை முதலாளிகளிடம் எப்படிப் போராட வேண்டும், ஜார் அரசாங்கத்துடன் எப்படிப் போராட வேண்டும் என்று பட்டியலிட்டார்.

வஞ்சகமாகத் தொழிலாளர்களை அடக்கியாளும் பெரும் முதலாளிகளை அம்பலப்படுத்தினார்.

முதலாளிகளை எதிர்ப்பதற்கு பயந்து, வீடுகளில் அடைந்து கிடந்த தொழிலாளர்கள் வீதிகளில் தைரியமாக இறங்கினார்கள். 'நான் மட்டும் பாதிக்கப்படவில்லை. எனக்குப் பக்கத்து வீட்டில் இருப்பவனும் என்னைப் போலவே பாதிக்கப்பட்டிருக்கிறான். அவன் மட்டுமல்ல, இன்னமும் பலர். நாம் அனைவரும் ஒரே முதலாளியின் கீழ்தான் வேலை செய்கிறோம். ஆகவே, அனை வரும் ஒன்று சேர்வோம். போராடுவோம். கோரிக்கைகளைப் பதிவு செய்வோம். ஏற்றுக் கொண்டால் நல்லது. இல்லையா? குறைந்தது நம்மைக் கண்டு பயப்படவாவது செய்வார்கள். போதாதா?'

வேலை நிறுத்தப் போராட்டங்கள் ஆங்காங்கே வெடித்தன.

ரஷ்யாவில் நிலைமை சரியில்லை என்பதைக் கண்டுபிடிக்க ஜார் அரசாங்கத்துக்கு அதிக அவகாசம் தேவைப்படவில்லை. பெரும் முதலாளிகள் அத்தனைபேரும் ஒரு வகையில் அரசாங் கத்துடன் தொடர்புடையவர்கள்தாம். தொழிலாளர்கள் பிரச்னை செய்தால் அது முதலாளிகளை பாதிக்கும். முதலாளி கள் பாதிக்கப்பட்டால் ஜாரிடம்தான் முறையிட முடியும். ஜார்தான் தலைமை முதலாளி.

டிசம்பர் 8, 1895. க்ரூப்ஸ்கயாவின் அறை. லெனினும் அமைப்பைச் சேர்ந்த பிற தோழர்களும் அமர்ந்து விவாதித்துக் கொண்டிருந் தார்கள். ஒரு புதிய செய்தித்தாளை அவர்கள் அப்போதுதான் தொடங்கியிருந்தார்கள். மிக ரகசியமாக விநியோகிக்கப்பட வேண்டிய செய்தித்தாள் அது. கட்டுரைகள், தலையங்கம் எல்லாம் தயார். அச்சுக்கு அனுப்புவதற்கு முன்பு ஒரு முறை இறுதியாக சரி பார்க்க வேண்டும். அதற்காகத்தான் விவாதம்.

அந்தப் பிரதியை எடுத்து வாஞ்சையுடன் தடவிப் பார்த்தார் லெனின்.

'ரஷ்யாவின் தலையெழுத்தை மாற்ற இது போதும். தொழிலாளர் கள் அத்தனைப் பேரும் இதை விடாமல் படிக்கும்படி பார்த்துக் கொள்ள வேண்டியது நம் பொறுப்பு. மக்களைக் கவர்ந்திழுக்கும் படியான கட்டுரைகளை மட்டும்தான் வெளியிடவேண்டும்.'

உற்சாகமாகப் பேசிக் கொண்டே இருந்தார் லெனின்.

நள்ளிரவை நெருங்கிக் கொண்டிருந்த நேரம், படீரென்று கதவைத் திறந்து கொண்டு உள்ளே நுழைந்தனர் காவல் படை யினர். லெனின் உள்ளிட்ட அத்தனைப் பேரும் கைது செய்யப் பட்டனர். தடை செய்யப்பட்ட பிரசுரங்களை அள்ளிப் போட்டுக் கொண்டு விரைந்தார்கள்.

லெனின், தனிமைச் சிறையில் அடைக்கப்பட்டார்.

பீட்டர்ஸ்பெர்க் கொந்தளிக்க ஆரம்பித்தது. போராட்டங்கள் வெடித்தன.

குறிப்பாக, பீட்டர்ஸ்பெர்க் துணி மில் தொழிலாளர்கள் வேலை நிறுத்தப் போராட்டத்தில் குதித்தனர். முப்பதாயிரம் தொழிலாளர் கள், ஆண்களும் பெண்களுமாக திரண்டபோது, பீட்டர்ஸ்பெர்க் நகரமே ஆடிவிட்டது. இதற்கு முன்னால் இப்படி ஒரு போராட் டத்தை அந்நகரம் கண்டதில்லை. சம்பந்தப்பட்ட மில் முத லாளிகளும் வாய் விட்டு அலறிவிட்டனர். லெனினின் பெயரும் அவரது அமைப்பின் பெயரும் பட்டி தொட்டியெல்லாம் பிரபல மடைய இந்த ஒரு போராட்டம் போதுமானதாக இருந்தது.

பீட்டர்ஸ்பெர்க்கைத் தாண்டி, ரஷ்யாவின் பிற பகுதிகளிலும் இந்தச் செய்தி பரவியது. போராட்டத்தின் பிரும்மாண்டத்தைக்

கேள்விப்பட்ட அத்தனைப் பேரும் மூக்கின் மீது விரல் வைத்தனர். அட, இப்படியும் கூடப் போராட முடியுமா? இப்படியும் எதிர்ப்பைப் பதிவு செய்ய முடியுமா?

மற்றொரு முக்கியக் கேள்வியும் மக்கள் மனத்தில் எழுந்தது. ஓர் அமைப்பாக, இயக்கமாக, தொழிலாளர்கள் அணிசேர முடியுமா? உண்மையிலேயே இது சாத்தியம்தானா?

மாஸ்கோ, கீயெவ், விளதீமிர், யரொஸ்லாவல் என்று பல்வேறு பகுதிகளில் உள்ள தொழிலாளர்கள் ஒன்று சேர ஆரம்பித்தனர். தனியாளாக இருக்கும்வரை எந்த மரியாதையும் கிடையாது. நூறு, ஆயிரம் என்று கைகள் சேர்ந்தால்தான் மதிப்பு. அத்தனைப் பேருக்கும் இந்த உண்மை 'சுரீர்' என்று உரைத்தது.

●

'உள்ளே தள்ளிவிட்டோமே என்று அலட்சியமாக இருந்து விடாதீர்கள். மிக மிக அபாயகரமான மனிதர் இவர். இரண்டு வார்த்தைகள் கிறுக்கினாலே போதும். வேலைநிறுத்தம், போராட்டம் என்று மக்கள் தெருவில் இறங்கிவிடுவார்கள். ஆகவே, இவரது ஒவ்வொரு அசைவையும் கண்காணியுங்கள்.'

லெனினைக் கண்காணிக்கும் காவல் படையினருக்கு சிறை அதிகாரி அளித்த உத்தரவு இது.

லெனினுக்கு வந்து சேரும் கடிதங்கள் அனைத்தும் கடுமையான தணிக்கைக்கு உள்ளாக்கப்பட்டன. லெனின் அனுப்பும் கடிதங்களுக்குக் கூடுதல் கண்காணிப்பு.

பீட்டர்ஸ்பெர்க் கொந்தளித்துக் கொண்டிருக்கும்போது, ஒரு தனியறையில் சும்மா அடைந்து கிடைக்க முடியுமா? ரகசியமாகக் காகிதங்கள் தருவித்துக் கொண்டார். பேனாவால் எழுத முடியாது. முதலில், பேனா கிடைக்காது. கிடைத்தாலும், எழுதும்போது பிடிபட்டுவிட்டால், அவ்வளவுதான்.

ஒரு வழி கண்டுபிடித்தார். சாப்பிடுவதற்குத் தரும் ரொட்டியை உருட்டி, திரட்டி மைக்கூடாக மாற்றினார். எலுமிச்சைப் பழ ரசம். பால். இரண்டில் எது கிடைத்தாலும் அதுதான் மை. தொட்டுத் தொட்டு காகிதத்தில் எழுத வேண்டியதுதான். வெள்ளைத் தாளில் இந்த மை கொண்டு எழுதினால் வெளியில் தெரியாது.

பக்கம் பக்கமாக இப்படித்தான் தோழர்களுக்கு எழுதி அனுப்பினார் லெனின். கட்டுரைகள். உத்தரவுகள். ஆலோசனைகள். அடுத்தக் கட்ட நடவடிக்கை பற்றிய திட்டங்கள். இன்னமும் நிறைய. நூலகங்களிலிருந்து வந்து சேரும் புத்தகங்களின் ஓரத்தில், வெறுமையாக இருக்கும் தாள்களில், பக்கங்களுக்குக் கீழே உள்ள இடைவெளியில்... என்று ஒரு பொட்டு இடம் பாக்கி இல்லாமல் எழுதினார். எழுதிக் கொண்டிருக்கும்போது, திடீரென்று சிறைக் காவலர்கள் உள்ளே நுழைந்துவிட்டால் மைக் கூண்டை அப்படியே வாயில் போட்டு மென்று சாப்பிட்டு விடுவார். வெந்நீரில் அந்தக் காகிதங்களைக் காண்பித்தால்தான் எழுத்துகளை படிக்க முடியும்.

ஜனவரி 1896-ம் ஆண்டு க்ரூப்ஸ்கயாவும் வேறு சில தோழர்களும் கூட கைது செய்யப்பட்டனர். இந்நிலையில், லெனினை சைபீரியாவுக்கு நாடு கடத்தும்படி ஓர் உத்தரவு வந்து சேர்ந்தது.

●

மே 8, 1897 அன்று சைபீரியாவில் உள்ள ஷுஷென்ஸ்கோயெ என்னும் கிராமத்துக்கு வந்து சேர்ந்தார் லெனின். பதினான்கு மாதங்களை செயின்ட் பீட்டர்ஸ்பெர்க் சிறையில் கழித்தாயிற்று. இதோ சைபீரியா!

ஜீப்பிலிருந்து இறக்கி விட்டுவிட்டு அதிகாரிகள் கிளம்பி விட்டனர். திறந்த வெளிச்சிறை! குளிர்தான் அங்கே ஜெயிலர். கடவுளாலும் கம்யூனிசத்தாலும் கூடத் தப்பிக்க முடியாது!

கண்களுக்கு எட்டியவரை பனி உறைந்திருந்தது. கொல்லும் பனி. சாலைகள், மரக்கிளைகள், திசை காட்டிகள் என்று ஒட்டுமொத்த கிராமத்தையும் மலைப் பாம்பு போல் விழுங்கிக் கொண்டிருக்கும் கொலைகாரப் பனி.

'அதோ அதுதான் உங்களுக்காக ஒதுக்கப்பட்டுள்ள அறை.'

லெனின் கண்களைக் குறுக்கிக் கொண்டு பார்த்தார். ஆரம்பத்தில் எதுவும் தெரியவில்லை. புருவங்களிலும் இமைகளிலும் பனி உறைந்து தேங்கிக் கிடந்தது. ஒரு முறை முகத்தைத் தேய்த்து விட்டுக் கொண்டார். பிறகு, தனது பெட்டியைத் தூக்கிக் கொண்டு மெதுவாக நடக்கத் தொடங்கினார்.

அந்த அதிகாரி, கைதட்டி லெனினை அழைத்தார்.

‘நாங்கள் சொன்னது நினைவிலிருக்கட்டும். இங்கிருந்து தப்பிச் செல்லவோ, மீண்டும் பீட்டர்ஸ்பெர்க் நுழையவோ முயற்சி செய்ய வேண்டாம். செய்தால், நிலைமை விபரீதமாகிவிடும். எச்சரிக்கை.’

மையமாகத் தலையசைத்து விட்டு, நடக்கத் தொடங்கினார் லெனின். தலையில் அணிந்திருந்த தொப்பியைக் கழற்றி சேர்ந்திருந்த பனியை ஊதி விட்டார். விரைவாக நடக்க ஆரம்பித்தார். சிறிது நேரத்துக்கெல்லாம் ஒரு சிறிய வீடு புலப்பட்டது. உள்ளே நுழைந்தார். சிறிய அறை. ஓரத்தில் ஒரு மரக் கட்டில். மேஜை. நான்கு நாற்காலிகள்.

போதும். செலவுக்கு மாதம் எட்டு ரூபிள்கள் அளிப்பதாகச் சொல்லியிருக்கிறார்கள். சொற்பமான தொகைதான். ஆனாலும் போதுமானதே.

நாடு கடத்தப்பட்டவர்கள் அத்தனைப் பேருக்கும் செலவுக்காக இது போன்ற ஒரு சிறிய தொகை அளிக்கப்படுவது வழக்கம். தண்டனைக் காலம், ஓர் ஆண்டு முதல் பத்தாண்டு காலம் வரையும் சில சமயம் அதைத் தாண்டியும் இருக்கும். குடும்பத்தினரிடமிருந்தும் நண்பர்களிடமிருந்தும் பிரிந்து தனிமையில் யாரிடமும் ஒட்டாமல் வாழும் இது போன்ற கைதிகளுக்கு இரண்டு வழிகளே உள்ளன. பைத்தியம் பிடித்து அலைவது. அல்லது செத்துப் போவது.

லெனினுக்கு வேலைகள் இருந்தன. ஒவ்வொரு நாளும் என்னென்ன செய்ய வேண்டும் என்று திட்டமிட்டு வைத்திருந்தார். பீட்டர்ஸ்பெர்க்கில் இருந்து கிளம்பும்போதே, மனத்தளவில் சைபீரியா வாழ்க்கைக்கு ஆயத்தமாகிவிட்டார்.

கொண்டு வந்திருந்த அத்தனைப் புத்தகங்களையும் மேஜை மீது அடுக்கி வைத்தார். ஒவ்வொன்றாக வாசிக்க ஆரம்பித்தார். காலை. மதியம். மாலை. இரவு. எல்லாமே ஒன்றுபோல் காட்சியளித்தன. ஒரு நாளைப் போலவே மற்றொரு நாள். எல்லா நாள்களும் பனி. எல்லா காலங்களிலும் பனி.

களைப்பு மிகுதியாகி ஓய்வு தேவைப்படும் போதெல்லாம் அறையை விட்டு வெளியேறி நடக்க ஆரம்பிப்பார். ஷுஷென்ஸ்கோயெ (Shushenskoye) கிராம எல்லைக்குள் நுழைவார். அங்குள்ள விவசாயிகளைச் சந்திப்பார். உட்கார்ந்து பேசுவார். பிறகு, சுற்ற

ஆரம்பிப்பார். தபால் அலுவலகம் எங்கே இருக்கிறது என்று பார்த்துக் கொண்டார். செய்தித்தாள்களை வரவழைத்துக் கொள்ள முடியுமா, கடிதங்கள் அனுப்பி வைக்க முடியுமா என்று கேட்டுத் தெரிந்துகொண்டார்.

●

தன் மகனிடமிருந்து வரும் கடிதங்களை ஆர்வத்துடன் சத்தம் போட்டு வாசிப்பார் மரியா உலியானவ். ஒரு முறை அல்ல, இரு முறை அல்ல. பல தடவைகளுக்கு மேல். ஒரே நாளில் ஒரே கடிதத்தை பத்து முறைக்கு மேல் படித்ததும் உண்டு. இருந்தது மாஸ்கோவில் என்றாலும், மனத்தளவில் மரியா தன் மகனுக்கு அருகே அவன் கைகளைப் பிடித்துக் கொண்டு சைபீரியாவில் தான் தங்கியிருந்தார்.

'அம்மா, இங்கு குளிர் மிக மிக அதிகம்' என்னும் வரிகளை வாசிக்கும்போது, தன் உடல் நடுங்குவதை மரியா உணர்ந்து கொண்டார். 'கவலைப்படாதீர்கள் அம்மா, நான் இங்கே சுகமாகத்தான் இருக்கிறேன்' என்று தன் மகன் சமாதானப்படுத்த முயலும்போது, கண் கலங்கினார்.

கண் கலங்கும் போதெல்லாம், அவரது வாய் தானாகவே முணு முணுக்க ஆரம்பித்துவிடும். 'என் மகன் அசாதாரணமானவன். அவன் கனவுகள், போராட்டங்கள் எல்லாமே அசாதாரண மானவை. அவன் நிச்சயம் வெல்வான். ரஷ்யாவைத் தலை நிமிரச் செய்வான்.'

செயின்ட் பீட்டர்ஸ்பெர்க்கில் சிறை வைக்கப்பட்டிருந்தபோது, மரியா அடிக்கடி சிறைச்சாலைக்குச் சென்று தன் மகனை பார்ப்பது வழக்கம். அப்போதெல்லாம் சிறைக் காவலர்கள் அவரைக் கிண்டலடிப்பதுண்டு.

'உங்களுக்கு என்ன அம்மா கவலை? ஒரு மகன் கலகம் செய்து தூக்கில் தொங்கிவிட்டான். மற்றொரு மகன், எனக்கும் தூக்குக் கயிறு வேண்டும் என்று அடம் பிடித்துக் கொண்டிருக்கிறான். அடடா! ஒரு குடும்பம் என்றால் இப்படித்தான் இருக்க வேண்டும். இவர்களுக்கு அம்மாவாக இருப்பதற்கு உண்மை யிலேயே நீங்கள் பெருமைப்படத்தான் வேண்டும்.'

சொல்லிவிட்டு கலகலவென்று சிரிப்பார்கள்.

மரியா அவர்களைத் தீர்க்கமாகப் பார்த்தபடி பதிலளிப்பார்.

'ஆம், நான் உண்மையிலேயே பெருமைப்படுகிறேன்.'

●

நதேஷ்தாவும் அப்போது நாடு கடத்தப்பட்டிருந்தார். உஃபா குபெர்னியா என்னும் பகுதிக்கு. நதேஷ்தாவின் ஒரே ஏக்கம் இதுதான். பேசாமல் என்னையும் ஷுஷென்ஸ்கோயெவுக்கு நாடு கடத்தியிருக்கலாமே. அப்படியாவது லெனினுக்கு அருகில் இருக்கலாமே. அவருக்கு ஒத்தாசையாக இருக்கலாமே.

'விளதீமிர், விளதீமிர், இப்போது அங்கே என்ன செய்து கொண் டிருக்கிறீர்கள்? என்னைப் பற்றி நினைத்துக் கொண்டிருக்கிறீர்கள் தானே? என்னை இன்னமும் மறந்துவிடவில்லைதானே?'

செயின்ட் பீட்டர்ஸ்பெர்க்கில் தனிமைச் சிறையில் லெனின் அடைக்கப்பட்டிருந்த சமயம் அது. லெனினிடமிருந்து தொடர்ந்து கடிதங்கள் வந்து கொண்டிருக்கும். பெரும்பாலானவை உத்தரவு கள். 'நதேஷ்தா, உன்னைத் தேடி இன்று ஒரு தோழர் வருவார். நான் முன்னரே உன்னிடம் கொடுத்து வைத்துள்ள அட்டைப் பெட்டியை அவரிடம் கொடுத்துவிடு. பல முக்கிய பிரசுரங்கள் உள்ளன ஜாக்கிரதை.'

அல்லது உதவி கேட்டு எழுதுவார். நதேஷ்தா, எனக்கு அவசர மாகக் கீழ்க்காணும் புத்தகங்கள் தேவைப்படுகின்றன. தோழர்கள் மூலம் கொடுத்து அனுப்பவும். அல்லது உத்தரவுகள். இந்த வேலையைச் செய். அந்த வேலையைச் செய். இதைச் செய்யாதே. அதைச் செய்யாதே. இத்யாதிகள்.

ஒரு முறை ஒரு புத்தகம் வந்து சேர்ந்தது. உள்ளே ஒரு சிறிய வெள்ளைத்தாள். எழுந்துச் சென்று வெந்நீரை எடுத்து வந்தார் நதேஷ்தா. அந்தக் காகிதத்தைத் தண்ணீரில் ஊற வைத்தார்.

அடுத்த விநாடி, எழுத்துகள் தெரிய ஆரம்பித்தன. ஒரே ஒரு வரி தான். உதடுகள் முணுமுணுக்க வாசித்தார் நதேஷ்தா. சிலீரென்று ஏதோ ஒன்று தாக்கியது. உடல் நடுங்கியது. அடுத்த நிமிடம், அவர் புன்னகைக்க ஆரம்பித்தார்.

'ஆம், விளதீமிர் நானும் உன்னைக் காதலிக்கிறேன்.'

'நீங்கள் மணந்து கொள்ளப் போகும் பெண் என்று சொல்லுங் கள். அவரையும் சைபீரியாவுக்கு அழைத்து வர அனுமதி கிடைக்கும்.' தோழர்கள் அளித்த ஆலோசனைப்படி காவல் அதிகாரிகளிடம் விண்ணப்பித்தார் லெனின். பலன் கிடைத்தது.

தன் தாயாரையும் அழைத்துக் கொண்டு, மே 1898-ல் சைபீரியா வந்து சேர்ந்தார் நதேஷ்தா.

முழுக்க முழுக்க மார்க்ஸியம் மட்டுமே நிறைந்திருந்த அந்தச் சிறிய அறையைத் தன் அன்பால் மேலும் விசாலமாக்கினார் நதேஷ்தா. லெனினுக்குத் தேவைப்படும் அத்தனை உதவிகளை யும் மாய்ந்து மாய்ந்துச் செய்தார். அவர் கூடவே சேர்ந்து வாசித்தார். விவாதித்தார். ரஷ்யப் பெண்களின் நிலை குறித்து ஆய்வறிக்கைகள் எழுதினார். தவிரவும், அந்த வீட்டை அழகுப் படுத்துவதிலும் நேரம் செலவிட்டார் நதேஷ்தா. தோட்டத்தில் பூஞ்செடிகள் நட்டு வைத்தார்.

நதேஷ்தா, லெனினைப் பரிபூரணமாக நேசித்தார். தனிப்பட்ட மனிதராக. தொழிலாளர் வர்க்க தலைவராக. மார்க்ஸிய மேதை யாக. புத்தகப் புழுவாக. காதலராக.

திடீரென்று, வா சற்று உலாவிவிட்டு வருவோம் என்று அழைப் பார். மேல் கோட்டை அணிந்து கொண்டு, கம்பளி குல்லாயைத் தலையில் திணித்துக் கொண்டு கிளம்பிவிடுவார் நதேஷ்தா. நதேஷ்தாவின் கையை அழுத்தமாகப் பற்றிக் கொண்டு நடப்பார் லெனின். தொடர்ச்சியாகச் சில மணி நேரங்கள் கூட நடந்து கொண்டே இருப்பார்கள், மெதுவாக.

குறிப்பாக, அந்த ஒரு கணத்தை எண்ணி எண்ணி பூரித்துப் போனார் நதேஷ்தா. காவல் அதிகாரிகள் சிலர் லெனினை விசாரித்துக் கொண்டிருந்தனர்.

'இந்தப் பெண் யார்?'

'நதேஷ்தா க்ரூப்ஸ்கயா.'

'இவர் உங்களுடன்தான் தங்குவாரா?'

'ஆமாம். இந்த அறை போதவில்லை என்றால் அருகில் மற் றொரு அறையை எடுத்துக் கொள்வார்.'

'ஓ, அதற்கான அனுமதியை வாங்கிவிட்டீர்களா? எத்தனைக் காலம் இவர் உங்களுடன் தங்கியிருப்பார்?'

'அனுமதி வாங்கியாகிவிட்டது. என் வாழ்நாள் முழுவதும் என்னுடன்தான் தங்கியிருப்பார். நதேஷ்தாவை நான் விரைவில் திருமணம் செய்து கொள்ளப் போகிறேன்.'

பூரிப்புடன் தலையைத் தாழ்த்திக் கொண்டாள் நதேஷ்தா.

•

ஜூலை 10, 1898 அன்று லெனினும் நதேஷ்தாவும் திருமணம் செய்து கொண்டார்கள். இரண்டு புரட்சியாளர்களை ஒன் றிணைத்தது அந்தத் திருமணம்.

போல்டாவாவில் (Poltava) ஒரு ரகசியக் கூட்டம். கீவ் பகுதியைச் சேர்ந்த மார்க்ஸியவாதிகள் ஒன்று கூடுகிறார்கள். ஒரு பத்திரிகை கொண்டு வருவது பற்றி விவாதிக்கப் போகிறார்கள். கலந்து கொண்டால் நன்றாக இருக்கும். ஆனால், பலத்த காவலைத் தாண்டி அவ்வளவு தொலைவு போக முடியாது. இது போன்ற சந்தர்ப்பங்களில் நதேஷ்தாவை அமைப்பின் பிரதிநிதியாக அனுப்பி விடுவார் லெனின்.

மீண்டும் வாசிப்பு. மீண்டும் எழுத்துப் பணி. மார்க்ஸியத்தின் அடிப்படை படைப்புகள் பலவற்றை லெனின் எழுதியது இந்த நேரத்தில்தான். ரஷ்யாவில் முதலாளித்துவத்தின் வளர்ச் சியைப் பற்றி. தொழிலாளர்கள் என்ன செய்ய வேண்டும் என்பது பற்றி. அரசியல் ரீதியான போராட்டத்தைப் பற்றி. ஜார் அரசாங்கத்தின் வீழ்ச்சியைப் பற்றி. ரஷ்யாவின் வளமான எதிர்காலத்தைப் பற்றி. அந்த எதிர்காலம் உருவாக ஒவ்வொரு வரும் என்னென்ன செய்ய வேண்டும், செய்யக் கூடாது என்பது பற்றி. இன்னமும் நிறைய.

மார்க்ஸிய அமைப்பு ஒன்றை ஏற்படுத்தியாகிவிட்டது. வேலை நிறுத்தம் போன்ற போராட்ட வழிமுறைகளை தொழிலாளர் களுக்கு அறிமுகம் செய்தாகிவிட்டது. ஓரளவுக்கு அரசியல் விழிப்புணர்வு ஏற்படுத்தியாகிவிட்டது. முதலாளித்துவம் என்றால் என்ன என்று மக்களுக்கு இப்போது தெரியும். முழுமை யாக அல்ல. தத்துவார்த்தமாக அல்ல. ஓரளவுக்கு. அதே போல்,

தொழிலாள வர்க்கத்தின் பலம் என்ன என்பதை நேரடியாகவே உணர்த்தியாகிவிட்டது.

இனி, அடுத்தக் கட்டத்துக்கு முன்னேற வேண்டும்.

அங்கொன்றும் இங்கொன்றுமாகப் போராட்டங்கள் நடத்தி, காலத்தைக் கழித்துவிட முடியாது. பீட்டர்ஸ்பெர்க், மாஸ்கோ, கீவ், சைபீரியா. இப்படி பகுதி பகுதியாக மக்களைத் திரட்ட முடியாது. போராட்டம் முழுமையடைய வேண்டும். அதற்கு ஒரே ஒரு வழிதான் இருக்கிறது.

ஓர் அரசியல் கட்சி உருவாக வேண்டும்.

தொழிலாளர்களின் கட்சி. தொழிலாளர்களுக்கான கட்சி. அவர் களது மேன்மைக்காகப் போராடும் கட்சி. வலிமையான, தீர்க்க மான, கருத்தியல் பலம் கொண்ட ஓர் கட்சி. ஒட்டுமொத்த ரஷ்யா வையும் அப்படியே புரட்டிப் போடக்கூட சக்தி கொண்ட ஒரு கட்சி. உளுத்துப் போன அடித்தளத்தைத் தகர்த்தெறிந்து விட்டு, கம்பீரமான ஒரு கோட்டையை உருவாக்க வல்லமை கொண்ட ஓர் கட்சி.

●

ஜனவரி 1900. காவல் துறையிடமிருந்து கீழ்க்கண்ட உத்தரவு வந்து சேர்ந்தது.

'உங்கள் தண்டனைக் காலம் முடிந்துவிட்டது. ஆனால், தொடர்ந்து நீங்கள் கண்காணிக்கப்படுவீர்கள். ரஷ்யாவின் தலைநகர் பகுதி யிலோ அல்லது முக்கிய நகரங்களிலோ, குறிப்பாகத் தொழிற் சாலைகள் நிறைந்த பகுதிகளிலோ நீங்கள் இனி தங்க முடியாது. வேறோர் இடத்தைத் தேர்வு செய்துகொண்டு, எங்கள் அனுமதி பெற்றபின், விடைபெறவும்.'

5. திட்டம் தயார்

நதேஷ்தாவின் தண்டனைக் காலம் இன்னமும் முடிவடையவில்லை. உஃபா குபெர்னியாவில்தான் இருந்தார். ஒரு சில தினங்கள் நதேஷ்தாவுடன் தங்கியிருந்தார் லெனின். பிறகு, கிளம்பிவிட்டார். அடுத்து என்ன செய்ய வேண்டும் என்பது பற்றிய ஒரு செயல் திட்டம் அவரிடம் இருந்தது.

எங்கெல்லாம் போகக் கூடாது என்று காவல் அதிகாரிகள் சொன்னார்களோ, அங்கெல்லாம் சென்றார். செயின்ட் பீட்டர்ஸ்பெர்க். பிறகு, மாஸ்கோ. பிறகு, வேறு சில பகுதிகள். எங்கும் அவர் தனியாகச் செல்லவில்லை. காவல்துறையின் கழுகுக் கண்கள் அவரைப் பின்தொடர்ந்து கொண்டே இருந்தன. அனைத்துக் காவல் நிலையங்களுக்கும் எச்சரிக்கைச் செய்தி பறந்தது. 'ஓரிடத்தில் தங்காமல் விளதீமிர் சுற்றிக் கொண்டே இருக்கிறார். போராட்டம், வேலைநிறுத்தம் என்று எதையாவது செய்து தொலைக்கப் போகிறார். தீவிரமான கவனிப்பு தேவை.'

இமைப் பொழுதும் சோராமல் நிழல் போல் லெனினைத் தொடர்ந்து கொண்டிருந்தது காவல் படை. அவர்களுக்குப் பயந்து இருந்துவிட முடியுமா?

மேல் கோட்டை எடுத்து மாட்டிக் கொண்டு கூட்டம், விவாதம் என்று அலைந்து கொண்டே இருந்தார் லெனின்.

ஒரு வேலையாக, பீட்டர்ஸ்பெர்க் வந்தபோது, தயாராக இருந்த காவல் படை அவரை கைது செய்தது. எதிர்பாராத கைது. அதிர்ந்து விட்டார் லெனின். கைது செய்யப்படுகிறோம் என்பதனால் அல்ல. பாக்கெட்டில் வைத்திருந்த ஒரு ரகசியக் குறிப்பை அவர்கள் படித்துவிடுவார்களோ என்பதால்தான். அயல் நாடுகளில் உள்ள சில முக்கியத் தோழர்களின் பெயர்கள், விலாசம் அனைத்தும் அடங்கிய குறிப்பு அது. காவல் அதிகாரி அதை உருவிப் பார்க்கவும் செய்தனர். வழக்கம்போல் எலுமிச்சைப் பழ மையால் எழுதப் பட்டிருந்ததால், ஒன்றும் புரியாமல் அவர் பாக்கெட்டிலேயே திணித்து விட்டார்கள். ஏமாற்றம். ஆனால் என்ன? பிடித்து விட்டோமே என்பதற்காக ஒப்புக்குப் பத்து நாள்கள் உள்ளே வைத் திருந்தார்கள்.

ஒரு முறையல்ல. இரு முறையல்ல. பல முறை இது போல் நடந் திருக்கிறது.

கப்பென்று கோழியை அமுக்குவதைப் போல் ஓடி வந்து பிடிப்பார்கள். தொப்பி முதல் காலணி வரை துருவி துருவி சோதனையிடுவார்கள். உருப்படியாக எதுவும் கிடைக்காது. ஒரு வாரமோ பத்து நாள்களோ வைத்திருந்து அனுப்பி விடு வார்கள். பெரும்பாலான சமயங்களில் பல முக்கிய ஆவணங் கள் அவர் வசம் இருக்கும். சங்கேத மொழியிலோ அல்லது ஒருவருக்கும் புரியாத ஜெர்மானிய, லத்தீன் மொழியிலோ கிறுக்கியிருப்பார்.

திடீரென்று உத்தரவு பறந்து வரும். 'ரகசிய பத்திரிகை ஒன்றைத் தயார் செய்து கொண்டிருக்கிறார். முதல் பிரதி அச்சுக்குப் போவதற்குள் அமுக்கி விட வேண்டும்.' நாலைந்து பேராக ஆசையாசையாக வீட்டுக்குள் நுழைவார்கள். தலைமுடியைப் பிய்த்துக் கொள்ளலாம்போல் இருக்கும். இருக்காதா பின்னே? ஒரு வீடு என்றால் இப்படியா புத்தகங்களையும் காகிதங்களையும் பரப்பி வைத்திருப்பார்கள்? அலமாரியைத் திறந்தால் அருவி போல் காகிதங்கள் கொட்டுகின்றன. ரஷ்ய மொழியில் இருந்தாலும் பரவாயில்லை. ஊர், உலகத்தில் உள்ள அத்தனை மொழிகளிலும் உள்ள குப்பைகளும் இருக்கும். இந்தக் குப்பைக் கடலில் பத்திரிகை பிரதியைத் தேட முடியுமா?

மருதன்

பட்டாம்பூச்சியைப் போல் சுற்றிக் கொண்டே இருந்தார் லெனின். முதலில், ஒரு பத்திரிகையை ஆரம்பிக்க வேண்டும். தொடக்கப் புள்ளி அதுதான். இஸ்கரா (Iskra) - என்றால் தீப்பொறி. இதுதான் பத்திரிகையின் பெயர். முதல் பிரதியை உருவாக்கும் வேலையில் உலகத்தையே மறந்து, வேலை செய்து கொண்டிருந்தார் லெனின். வெளி நாடுகளுக்குச் செல்வதற்கான சம்மதமும் வந்து சேர்ந்தது. லெனினின் பாஸ்போர்ட்டை முடக்கி வைக்க ஆசைதான். ஆனால், என்ன சொல்லிக் குற்றம் சாட்டுவது? எந்த ஆதாரத்தைக் காட்டுவது?

லெனின் தயாரானார். ஸ்விட்ஸர்லாந்து, மூனிச் என்று பறக்க ஆரம்பித்தார். லெனின் மூனிச் போய்ச் சேர்ந்தவுடன் நதேஷ்தா வும் அங்கு வந்து சேர்ந்தார். இரவு, பகலாகப் பத்திரிகைக்காகப் பணியாற்ற ஆரம்பித்தனார். தோழர்களை ரகசியமாகச் சந்தித்தனர். தலையங்கம், வடிவமைப்பு, அச்சுப்படிகள் பற்றியெல்லாம் விரிவாக விவாதித்தார்கள்.

சில சமயம், உற்சாகத்தை அடக்க முடியாமல் சத்தம் போட்டுக் கத்திவிடுவார் லெனின்.

'இந்தப் பத்திரிகை மட்டும் நான் நினைத்ததைப் போல் வெளி வந்துவிட்டால், ரஷ்யாவின் சரித்திரம் மாற்றி எழுதப்படும்.'

டிசம்பர் 1900-ம் ஆண்டு முதல் இதழ் வெளிவந்தது. லெனின்தான் ஆசிரியர். இஸ்க்ரா ஒரு சிறு நெருப்புத் துளி மட்டுமே. போதும். ஒரு துளி நெருப்பைத் தெளித்தால் போதும். பற்றிக் கொள்ளும். பற்றிக் கொள்ள வேண்டும். ஒவ்வொரு தொழிலாளரின் மனத்திலும் நிரந்தரமாகப் பற்றிக் கொள்ள வேண்டும் இந்த நெருப்பு. பிறகு, பற்றியெரிய வேண்டும். ஒரு துளி மற்றொன்றோடு இணைய வேண்டும். பிறகு, வேறொன்றோடு. ஒட்டுமொத்த ரஷ்யாவும் ஒரே ஜோதியில் ஐக்கியமாக வேண்டும். ஒரே நெருப்பு. கொழுந்துவிட்டெரியும் நெருப்பு. ஜார் ஆட்சியை சுட்டெரித்துச் சாம்பலாக்கும் நெருப்பு.

குழந்தைப் பாதம் பொருத்தி, இஸ்க்ரா தத்தித் தவழ ஆரம்பித்த சமயம், ரஷ்யா படு பயங்கரமாகத் தள்ளாடிக் கொண்டிருந்தது. பொருளாதாரம் பலவீனமாக இருந்தது.

குறிப்பாக 1901-04 ஆண்டுகளில் மூன்றாயிரம் தொழிற்கூடங்கள் இழுத்து மூடப்பட்டன. ஒரு லட்சத்துக்கும் அதிகமான தொழி லாளர்களை தயவு தாட்சண்யம் பார்க்காமல் வீட்டுக்கு அனுப்பிக்

கொண்டிருந்தார்கள். 'நாளை முதல் நீங்கள் யாரும் வரவேண் டாம்.' ஒற்றை வரி உத்தரவு. அவ்வளவுதான். மறுபேச்சு கிடை யாது. சம்பளம் கிடையாது. காரணங்கள் கிடையாது.

'திடீரென்று இப்படி கைவிரித்தால் நடு ரோட்டுக்கா போக முடியும்?' என்று குரலை உயர்த்தி: கேட்பவர்கள் தடியடிக்கும் அடிதடிக்கும் ஆளாக வேண்டியிருந்தது. எல்லாம் விதிப்படி. என் தலையில் இதுதான் எழுதப்பட்டிருக்கிறது என்று தன்னைத் தானே நொந்துகொண்டு வீடு போய்ச் சேர்ந்தவர்கள் மட்டுமே தப்பினார்கள்.

இஸ்க்ரா சீறியது. விதியும் இல்லை, ஒரு மண்ணாங்கட்டியும் இல்லை. பொருளாதாரம் தடம் புரண்டதற்கு காரணம், முதலாளிகளின் லாப வெறி. மேலும் மேலும் உங்களை கசக்கிப் பிழிந்து, அதிக லாபம் ஈட்ட வேண்டும் என்னும் வெறி. உங்களை நீங்களே பழித்துக் கொள்ளாதீர்கள். முடங்கி வீட்டில் உட்கார்ந்து விடாதீர்கள். என்ன நடக்கிறது என்பதைப் புரிந்து கொள்ளுங்கள். தயவு செய்து கண்களைத் திறந்து பாருங்கள்.

கிளிப்பிள்ளைக்குச் சொல்லித் தருவதைப் போல் பட்டியல் போட்டுச் சொல்லிக் கொடுத்தார் லெனின். முதலாளித்துவம் என்னும் முகமூடியை அகற்றி, அதன் கோர முகத்தை வெளிச்சம் போட்டுக் காட்டினார். முதலாளித்துவம் எங்கெல்லாம் உச்சத் தில் இருக்கிறதோ, அங்கெல்லாம் இது போன்ற பொருளாதார வீழ்ச்சி ஏற்படுவதைத் தவிர்க்க இயலாது என்பதை ஆதாரத்துடன் சுட்டிக் காட்டினார்.

இதற்கு என்னதான் வழி? கொட்டை எழுத்துகளில் ஆணித்தர மாக பதில் சொன்னது இஸ்க்ரா. தனியார் உற்பத்தி, சொத்துடை மையை ஒழிக்க வேண்டும். பாதிக்கப்பட்ட தொழிலாளர் வர்க்கம் ஒன்றிணைந்து, ஆட்சி அதிகாரத்தைக் கைப்பற்ற வேண்டும். அவ்வளவுதான்.

ஒரு பத்திரிகையால் சலசலப்பை ஏற்படுத்த முடியும். சர்ச்சைகள், சச்சரவுகள் ஏற்படுத்த முடியும். இஸ்க்ரா இவற்றைச் செய்ய வில்லை. வர்க்க ரீதியாக மக்களை ஒன்றுபடுத்த முடியும் என் பதை நிரூபித்துக் காட்டியது. மார்க்ஸியம் கற்க விரும்பிய அனை வரையும் ஒரே புள்ளியில் கொண்டு வந்து குவித்தது. வெகு விரைவில், மிகப் பெரிய அளவில் அங்கீகாரத்தைப் பெற்ற முதல் 'சட்ட விரோத' பத்திரிகையாக இஸ்க்ரா வளர்ந்தது.

இஸ்க்ரா வாங்கிய ஒவ்வொருவரும் தான் வாசித்த பிரதியை ஒருவருக்கும் தெரியாமல் அடுத்தவரிடம் பகிர்ந்து கொண்டார்கள். எப்படியெல்லாம் நடக்கிறது, பார்த்தாயா என்று கூடி நின்று விவாதித்தார்கள். ரகசியமாகத்தான்.

●

'எங்கிருந்து பிடித்தீர்கள் இந்தப் பெயரை, லெனின்?'

கட்டுரைகளைப் படித்து விட்டு, பெயர் காரணம் புரியாததால் அவரைத் தொடர்பு கொண்டனர் சில தோழர்கள்.

லெனின் புன்னகை செய்தார்.

'விதவிதமான பெயர்களில் எழுதுவதுதானே என் வாடிக்கை? காவல் துறையினர் பூதக்கண்ணாடி வைத்துக் கொண்டு என்னை வேவு பார்த்துக் கொண்டிருக்கிறார்கள். அவர்களைத் திசை திருப்பத்தான் இத்தனை புனைபெயர்கள்.'

'சரி, லெனின் என்னும் பெயரை எங்கிருந்து பிடித்தீர்கள்?'

'தெரியவில்லை. லெனின் என்பது ஒரு பெயர். அவ்வளவுதான்.'

●

வர்க்கப் போராட்டம். கட்சியைக் கட்டுபடுத்துவதற்கான வழிமுறைகள். ரஷ்ய மற்றும் சர்வதேசப் பிரச்னைகள். இப்படி பரந்துபட்ட தளத்தில் அறுபதுக்கும் மேற்பட்ட பல கூர்மையான கட்டுரைகளை லெனின் எழுதினார். தேசியவாதிகள், பொருளா தாரவாதிகள் மற்றும் சோசலிஸ்ட் புரட்சிக்காரர்கள் என்று அழைக்கப்பட்டோரின் மார்க்ஸிய விரோதப் போக்குகளை விமர்சித்தார். ஜார் மன்னராட்சியின் பிற்போக்கான கொள்கை களை அம்பலப்படுத்தினார்.

இஸ்க்ராவின் நான்காவது இதழில், 'எங்கிருந்து தொடங்குவது?' என்ற புகழ் பெற்ற கட்டுரையை எழுதினார். பின்னர் அது விரிவு படுத்தப்பட்டு 'செய்ய வேண்டியது என்ன?' என்ற தலைப்பில் சிறு பிரசுரமாக வெளியானது. தீப்பொறியாக இருந்த எதிர்ப்பு உணர்வு, சுடர் விட்டெரியும் நெருப்புக் கொழுந்தாக மாறியது இது போன்ற கட்டுரைகளால்தான்.

ஆர்ப்பாட்டம், கிளர்ச்சி, புரட்சி என்று வாய்க்கு வந்தபடி வறட்சியாகப் பேசித் திரியாமல், தன்னுடைய செயல்திட்டத்தை யாரும் புரிந்து கொள்ளும்படி பட்டியலிட்டார் லெனின்.

ரஷ்யாவெங்கும் பரவக்கூடிய அளவில் ஓர் அரசியல் பத்திரி கையைத் தொடங்க வேண்டும். பிறகு, ஓர் அமைப்பை படிப்படி யாக உருவாக்க வேண்டும். அந்த அமைப்பைக் கூர்மையாக்க வேண்டும்; பரப்ப வேண்டும். மேலும் வளர்த்தெடுக்க வேண் டும். கொள்கைக்கு விரோதமின்றிப் பிரசாரமும் கிளர்ச்சியும் நடத்தப்பட வேண்டும். இந்தச் சந்தர்ப்பத்தில் அரசியலில் மக்கள் அதிக சிரத்தை காண்பிக்கிறார்கள். சோஷலிசத்தைப் பற்றிய பிரச்னைகளிலும் சிரத்தை கொண்டிருக்கின்றனர். இது தான். நமக்குத் தேவை இந்தச் சந்தர்ப்பம்தான்.

தவிரவும், விவசாயிகளிடமிருந்து பறிக்கப்பட்ட நிலங்கள், அவர் களுக்குத் திருப்பித் தரப்பட வேண்டும். நிலம், நாட்டுடைமை யாக்கப்பட வேண்டும் என்பது போன்ற பல புரட்சிகரமான அம்சங்களை லெனின் வலியுறுத்தியது இஸ்க்ராவில்தான்.

●

காதைச் சுற்றி மூக்கைத் தொட்டது, இஸ்க்ரா லண்டன். அங்கிருந்து ஸ்டாக்ஹோம். பிறகு, ஜெனிவா. அலெக்ஸாந்திரியா (எகிப்து). பிறகு, பெர்ஷியா. இறுதியில் ரஷ்யா. ஆயுதங்களை கடத்துவதைப் போல் பத்திரிகையைக் கடத்த வேண்டியிருந்தது.

காவல் துறை மட்டுமில்லாமல் வேறு சில மூலைகளிலிருந்தும் லெனினுக்கு எதிர்ப்புகள் வர ஆரம்பித்தன. இஸ்க்ராவில் லெனின் முன்வைத்த செயல்திட்டம் பிளாக்கனோவால் விமர்சிக்கப்பட்டது. தொழிலாளர்கள் ஒன்று சேர்ந்து தேசத்தைக் கைப்பற்றுவதாவது? இதெல்லாம் நடக்கக்கூடிய காரியமா? லெனின் மனத்தில் என்னதான் நினைத்துக் கொண்டிருக்கிறார்? மந்திரத்தால் மாங்காயைப் பறித்துவிடலாம் என்றா?

பொறுமையாக பதிலளித்தார் லெனின். 'இல்லை ஐயா. மந்திரங் களில், தந்திரங்களில் எனக்கு நம்பிக்கையில்லை. தொடர்ச்சி யான ஆராய்ச்சியின் விளைவாகத்தான் சொல்கிறேன். வரலாற்று முக்கியத்துவம் வாய்ந்த தருணத்தில் நாம் இப்போது நிறுத்தப் பட்டிருக்கிறோம். உடனே, உடனே முடிவெடுக்க வேண்டி யுள்ளது. தொழிலாளர்கள்தான் கதாநாயகர்கள். பாதிக்கப்பட்ட வர்கள் அவர்கள்தாம். போராட்டமும் அவர்களுடையதுதான். நிச்சயமாக, வெற்றி அவர்களுக்குத்தான். அந்த வெற்றியை துரிதப்படுத்தத்தான் நாம் அனைவரும் உதவ வேண்டியுள்ளது. உழைக்க வேண்டியுள்ளது.'

ஏப்ரல் 1902-ல் லண்டனில் இருந்தபடியே பத்திரிகை வேலை களைச் செய்து கொண்டிருந்தார் லெனின். உடன் நதேஷ்தா. பிரிட்டிஷ் நூலகம் அருகில் இருக்கும்படியாகப் பார்த்து, ஒரு வீட்டில் குடியேறி இருந்தார்கள் அவர்கள். நடந்து போகும் தொலைவில்தான் நூலகம். எப்போது விடியும் என்று பார்த்துக் கொண்டிருப்பார் லெனின். மேல் கோட்டை எடுத்து மாட்டிக் கொண்டு கிளம்பிவிடுவார். பாக்கெட்டில் ஒரு நோட் புத்தகம், ஒரு பேனா.

முதல் முறை அந்த நூலகத்தில் நுழைந்தபோது, உடலெல்லாம் சிலிர்த்தது, லெனினுக்கு. நீண்ட நேரம் நூலக அறைகளை பார்த்துக் கொண்டே நின்றார், பார்வையால் விழுங்கி விடு வதைப் போல். பிறகு, புத்தக அலமாரிகளை நெருங்கி நேசத் துடன் தடவிப் பார்த்தார்.

'கார்ல் மார்க்ஸ்! இதோ இந்தப் புத்தக அலமாரிகளில்தான் உங்கள் விரலை மேயவிட்டிருப்பீர்கள். புத்தகங்களை அள்ளி எடுத்துக் கொண்டு இந்த நாற்காலிகளில் ஒன்றில்தான் அமர்ந்திருப்பீர்கள். உங்கள் சுவாசம் இந்த அறையில் இப்போதும் நிறைந்திருக்கக் கூடும்.

மானுட குலத்துக்கு நீங்கள் அன்பளித்த மகத்தான சித்தாந்தத்துக்கு உருவமும் உயிரும் கொடுப்பதுதான் என் லட்சியம். என் கனவு நினைவேற வேண்டும் கார்ல் மார்க்ஸ். நிறைவேறுமா?'

லண்டன் மக்களின் வாழ்க்கையை கவனமாக ஆராய்ந்தார் லெனின். நகரங்களைச் சுற்றினார். பிறகு, தொழிலாளர்கள் குடி யிருப்பை. மேல் வர்க்கம், நடுத்தர வர்க்கம் மற்றும் அடித்தட்டு மக்களின் வாழ்க்கை தரத்தை குறித்து வைத்துக் கொண்டார். ஒரு சந்தர்ப்பத்தில் அடக்க மாட்டாமல் நதேஷ்தாவிடம், வாய் விட்டுக் கத்தியேவிட்டார். 'அடப்பாவிகளா, எப்படிப்பட்ட இரட்டை வாழ்க்கை முறையை வாழ்ந்து கொண்டிருக்கிறார்கள். ஒரு பக்கம் மாளிகை. மற்றொரு பக்கம் குடிசைக்கும் வழியில்லை.'

ஆங்கிலத்தில் தேர்ச்சி பெற வேண்டும் என்னும் விருப்பம் லண்டனில் ஓரளவுக்கு நிறைவேறியது. இருவருக்கும் சேர்த்து, ஓர் ஆசிரியர் கிடைத்தார். இவர்கள் அவருக்கு ரஷ்ய மொழி கற்றுத் தரவேண்டும். பதிலுக்கு அவர் ஆங்கிலம் கற்றுத் தருவார். இதுதான் ஏற்பாடு.

மற்றபடி, தொடர்ந்து பயணம் செய்து கொண்டே இருந்தார். பாரிஸில் ஒரு மார்க்ஸிய கூட்டம் இருக்கும். அடுத்து, சுவிட்ஸர்லாந்தில். பிறகு, ஜெனிவாவில். ரஷ்யாவாக இருந் தால் என்ன... ஜெனிவாவாக இருந்தால் என்ன, சில அடிப் படைகள் அப்படி அப்படியேதான் மாறாமல் இருக்கின்றன. ஒரு பக்கம் முதலாளிகள். அடக்குமுறை. லாப வெறி. அவர்களுக்குத் துணை போகும் அரசாங்கம். மற்றொரு பக்கம், இல்லாதவர்கள். மென்மேலும் சுரண்டப்படுபவர்கள். விளிம் பில் தொங்கிக் கொண்டிருப்பவர்கள். எல்லா முதலாளிகளும் ஒன்று போலவே இருக்கிறார்கள். எல்லா தொழிலாளர்களும் ஒன்று போலவே இருக்கிறார்கள்.

'தொழிலாளர்கள் ஆட்சியைப் பிடித்துவிட்டால் இந்த நிலை மாறிவிடும் என்று நினைக்கிறீர்களா?'

லெனின் அடிக்கடி எதிர்கொண்ட கேள்வி இது. ஒவ்வொரு முறையும் பொறுமையாகவே பதிலளிப்பார் அவரும்.

'நிச்சயமாக மாறும். தொழிலாளர் வர்க்கம் ஆட்சிக்கு வந்தால் வர்க்க வேறுபாடு களைந்துவிடும். இருப்பவர்களுக்கும் இல் லாதவர்களுக்குமான இடைவெளி பெரிய அளவில் குறைக்கப் படும். தனியார் உற்பத்திக்குப் பதிலாக கம்யூனிஸ உற்பத்தி முறை அமலுக்கு வரும். ஒருவரை மற்றொருவர் சுரண்டும் கேவலம் காணாமல் போகும்.'

●

தீ பற்றிக் கொண்டது.

இஸ்க்ரா ஏடுகளை கைகளில் ஏந்தியபடி வீதிக்கு வந்தார்கள் தொழிலாளர்கள். செயின்ட் பீட்டர்ஸ்பர்க், ராஸ்டாவ்-ஆன்-டான், பாகு, டிபிலிஸ், ஒடெஸ்ஸா, கீவ் என்று கிளர்ச்சியும் ஆர்ப்பாட்டமும் நகரம் விட்டு நகரம் பரவ ஆரம்பித்தது. ஜார் ஏவிவிட்ட காவல் படையினரையும் தைரியமாக எதிர்கொண்ட னர். கையில் கிடைத்த கற்கள், கம்புகளை வைத்து எதிர்த்தனர்.

மற்றொரு பக்கம் விவசாயிகள் படையாக திரண்டனர். குறிப் பாக, போல்டாவா, கார்கோவ், உக்ரைன், வால்கா நதிப்பகுதி களில் பெரிய அளவில் ஆர்ப்பாட்டங்கள் வெடித்தன. தங்களை வாட்டி வதக்கிய நிலப்பிரபுக்களின் மாளிகைகளைத் தேடிச் சென்றார்கள். ஆக்ரோஷமான கோஷங்களை எழுப்பியபடி,

மாளிகைகளுக்குத் தீ வைத்தனர். தவிரவும், மிருகத்தனமாக நடத்திய கிராம அதிகாரிகளையும், நிலப்பிரபுக்களையும் கொன்றனர்.

ஜார் அலறிவிட்டார். என்ன ஆனது இந்த மக்களுக்கு? நேற்று வரை ஆட்டிக்குட்டிகளை போல் அடங்கிக் கிடந்த இவர்கள் எங்கிருந்து பெற்றார்கள் இத்தனைப் பலத்தை? உடனடியாக ராணுவம் விரைந்து வந்தது. சிறிது நேரத்துக்கெல்லாம் விவசாய படை சுக்கல் நூறாக சிதறடிக்கப்பட்டது. நூற்றுக்கணக்கானோர் கைது செய்யப்பட்டனர். பலர் சுட்டுக் கொல்லப்பட்டனர்.

அப்பாடா என்று சாய்வு நாற்காலியில் ஜார் சாய்வதற்குள் சுளீரென்று மற்றொரு தீப்பொறி. இந்த முறை, மாணவர்களிட மிருந்து. மற்ற இரண்டு குழுக்களையும் விட அதிக சக்தி வாய்ந்த குழு. பார்த்துக் கொண்டிருக்கும்போதே பெரும் கும்பலாகத் திரண்டுவிட்டார்கள். முழி பிதுங்கிவிட்டது ராணுவத்துக்கு. சொல்லி வைத்துத் திரண்டார்களா அல்லது எதேச்சையாகவா?

எல்லோரும் பூனை மீசைப் பொடியன்கள். நேற்று வரை தலையைத் தாழ்த்தி பல்கலைக்கழகம், அதை விட்டால் வீடு என்று சமர்த்துச் சர்க்கரைக்கட்டிகளாக அடங்கி ஒடுங்கி இருந்த வர்கள். இன்று? சுர்ரென்று கோபம் தலைக்கேறி முஷ்டியை உயர்த்தி, முறுக்கிக் கொண்டு நிற்கிறார்கள். 'ஜார் ஒழிக! ஜார் ஒழிக!' ஆ, எத்தனைப் பெரிய தொண்டையில் கத்துகிறார்கள்!

ஜார் சீறினார். 'மூடர்களே, வேடிக்கையா பார்க்கச் சொன்னேன். கப்பென்று பிடித்துக் கொண்டு போய் அவர்களை எங்காவது கொண்டு போய் வீசு.' பிரமிப்பை தூக்கிக் கடாசிவிட்டு, சுறுசுறுப்புடன் ஓடினார்கள். ஆர்ப்பாட்டம் செய்த அத்தனைப் பேரையும் மடக்கி பிடித்தார்கள். சிறைச்சாலைகள் நிரம்பி வழிந்தன. பல்கலைக் கழகங்கள் இழுத்து மூடப்பட்டன.

என்றாலும், மிகத் தீவிரமாகவும் தொடர்ச்சியாக அலை போலவும் எழுந்த அந்த பெரும் எழுச்சியை ஜார் மன்னரால் மறக்க முடியவில்லை. இத்தனைக்கும் யார் காரணம்? யார்?

●

ஜூலை, 1903-ம் ஆண்டு. ரஷ்ய சமூக ஜனநாயக தொழிற் கட்சியின் இரண்டாவது மாநாடு (காங்கிரஸ்) அப்போதுதான் தொடங்கியிருந்தது. மாநாடு முழுவதும் பிரஸ்ஸல்ஸ் நகரில்

நடப்பதாகத்தான் ஏற்பாடு. ஆனால், பெல்ஜிய அரசாங்கத்துக்கு இதில் விருப்பமில்லை. கடைசி நிமிடத்தில் லண்டன் தேர்ந் தெடுக்கப்பட்டது.

ரஷ்யத் தொழிலாளி வர்க்க இயக்கத்தில் மாபெரும் திருப்பு முனையை ஏற்படுத்திய மாநாடு அது. மொத்தம் இருபத்தாறு அமைப்புகள் தங்கள் சார்பாக நாற்பத்து மூன்று பிரதிநிதிகளை மாநாடுக்கு அனுப்பியிருந்தன. மாநாடு கூட்டப்பட்டதன் நோக்கம் இதுதான். ரஷ்யாவில் நிலவிவரும் சூழ்நிலைகள் பற்றி விவாதிக்க வேண்டும். இந்தச் சூழ்நிலையில் என்ன செய்தால் சரியாக இருக்கும் என்ற முடிவுக்கு வரவேண்டும்.

கூடியிருந்தவர்களில் லெனினிடம் மட்டுமே தெளிவான செயல் திட்டம் இருந்தது. தோதான அரசியல் மாற்றத்தை எப்படி ஏற்படுத்த வேண்டும் என்பதை படிப்படியாக, கட்டம் கட்டமாக விவரிக்கும் செயல்திட்டமாக அது இருந்தது.

லெனின் தனது திட்டத்தை ஆணித்தரமாக முன்வைத்தார்.

'தோழர்களே, நான் முன்வைக்கும் திட்டம் இரண்டு கொள்கை களை உள்ளடக்கியது. ஒன்று, நீண்டகால நடைமுறைக் கொள்கை (Strategy); இரண்டு, உடனடி நடைமுறைக் கொள்கை (Tactics).

நீண்டகாலக் கொள்கை இதுதான். ரஷ்யாவில் சோஷலிசப் புரட்சி நடத்த வேண்டும். முதலாளித்துவ வர்க்கத்தின் ஆதிக்கம் வீழ்த்தப்பட வேண்டும். தொழிலாளிகள், ஆட்சி அதிகாரத்தைக் கைப்பற்ற வேண்டும். தொழிலாளி வர்க்கத்தின் சர்வாதி காரத்தை நிறுவ வேண்டும். அதாவது, தொழிலாளி களுக்கு சர்வ அதிகாரங்களும் அளிக்கப்பட வேண்டும்.

அடுத்து, உடனடி நடைமுறைக் கொள்கை. மேலே கூறப்பட்ட புரட்சி வெற்றியடைவதற்கு இடைப்பட்ட காலத்தில், ஜார் மன்னனுடைய அடாவடி அரசாங்கத்தை வீழ்த்தி, ஜனநாயகக் குடியரசை உருவாக்க வேண்டும். தவிரவும், தொழிலாளர் களுக்கு அனுகூலமான சில முக்கிய மாற்றங்களைக் கொண்டு வரவேண்டும்.

ஒரு தொழிலாளி, தினசரி எட்டு மணி நேரத்துக்கு மேல் வேலை செய்யக் கூடாது. கிராமப்புறங்களில் சூழ்ந்துள்ள பண்ணை

அடிமை முறையை உடனடியாக ஒழிக்க வேண்டும். நிலப்பிரபுக் கள் அடாவடித்தனமாகப் பறித்து வைத்திருக்கும் நிலங்களை உரியவர்களுக்குத் திருப்பி அளிக்க வேண்டும்.

தவிரவும், தொழிலாளர் நலச் சட்டங்கள் கொண்டு வர வேண்டும். ஜனநாயக உரிமைகள் வழங்கப்பட வேண்டும்.'

பேசி முடித்துவிட்டு, அமர்ந்து கொண்டார் லெனின்.

அவ்வளவுதான். உடனடியாக எதிர்ப்புகள் கிளம்ப ஆரம்பித்தன.

'தொழிலாளி வர்க்க சர்வாதிகாரமா? கூடவே கூடாது.'

'என்னது? விவசாயிகளுக்கு நிலங்களைத் திரும்பக் கொடுக்க வேண்டுமா? அதை எதற்கு இந்த மாநாட்டில் பேச வேண்டும்? அதிகாரத்தைப் பற்றியும் அரசாங்கம் அமைப்பது பற்றியும் அல்லவா பேச வேண்டும்?'

'எதற்கெடுத்தாலும் ஏன் தொழிலாளர்களைப் பிடித்து இழுக்கி றீர்கள்?'

லெனின் மீண்டும் எழுந்து கொண்டார். அவர்களுக்குப் புரியும் மொழியில் எளிமையாகத் தமது வாதங்களை முன்வைத்தார். விவசாயிகளும் தொழிலாளர்களும் இல்லாமல் ஓர் அரசாங் கத்தை அமைக்க முடியாது என்றார். அவர்களுக்குப் புரிய வில்லை. அடிப்படையில் இருந்தே ஆரம்பித்தார். விரல் நுனியில் தேக்கி வைத்திருந்த புள்ளி விவரங்களை வரிசை வரிசையாக ஒப்பித்தார்.

இறுதியில், லெனின் முன்வைத்த திட்டம் சரியானதுதான் என்பதை மாநாடு ஏற்றுக் கொண்டது.

அடுத்து, மற்றொரு பிரச்னை. யூத தொழிலாளர்கள் அமைப்பு ஒன்று (Jewish Labour Bund), ஒரு கோரிக்கையை முன்வைத்தது.

'லெனின் சொல்வது எல்லாம் சரிதான். ஆனால், ஒட்டுமொத்த தொழிலாளர்களின் பிரதிநிதியாக அவர் தனது கட்சியை முன்நிறுத்திக் கொள்வதில் எங்களுக்கு உடன்பாடு இல்லை. யூதத் தொழிலாளர்களைப் பற்றி அவருக்கு ஒன்றும் தெரியாது. நாங்கள்தான் அவர்களுடைய மெய்யான பிரதிநிதிகள். ஆகவே, எங்களை நீங்கள் அனைவரும் அங்கீகரிக்க வேண்டும்.'

இவர்கள் தரப்பு நியாயம் ஏற்றுக் கொள்ளப்படவில்லை. காரணம், லெனின் முன்வைத்ததைப் போன்ற விரிவான, ஆழமான செயல்திட்டம் எதுவும் அவர்களிடம் இல்லை. இதே போல், வேறு பல கோரிக்கைகளும் முன்வைக்கப்பட்டன. ஆனால், எதுவுமே ஏற்றுக் கொள்ளத்தக்க வகையில் இல்லை.

மாநாட்டில், லெனினுக்கு ஆதரவு கூடிக்கொண்டே போனது. ஒரு தேர்ந்த தலைவராக, அந்த வர்க்கம், இந்த இனம் என்று பிளவுபட்டு நிற்காமல் ஒட்டுமொத்த மக்களையும் அர வணைத்துக் கொள்ளும் திறன் பெற்ற தலைவராக லெனின் அனைவருக்கும் காட்சியளித்தார்.

மளமளவென்று கட்சி சார்ந்த சில முக்கிய முடிவுகள் எடுக்கப் பட்டன. கட்சியை வழி நடத்திச் செல்லப் புதிய மத்தியக் குழு ஒன்று தேர்ந்தெடுக்கப்பட்டது. அதன்பின், மத்தியக் குழு மற்றும் இஸ்க்ரா ஆசிரியர் குழுவின் செயல்பாடுகளை ஒருங்கிணைக் கவும் ஒற்றுமைப்படுத்தும் பொருட்டும் கட்சியின் கவுன்சில் ஒன்று உருவாக்கப்பட்டது. ஐந்து உறுப்பினர்கள் கொண்ட கவுன்சில் அமைக்கப்பட்டது. இருவர் இஸ்க்ராவைச் சேர்ந்தவர் கள். மேலும் இருவர் கட்சியின் மத்தியக் குழுவைச் சேர்ந்தவர் கள். ஐந்தாவது நபர், பிளாக்கனோவ். கவுன்சிலின் தலைவரும் அவரேதான்.

எல்லாம் சுமுகமாக நடந்து முடிந்தது.

லெனினை ஏற்றுக் கொண்டவர்கள்தான் பெரும்பான்மையின ராக இருந்தனர். அவர்கள் போல்ஷ்விக்குகள் என்று அழைக்கப் பட்டனர். லெனினை எதிர்த்து நின்ற சிறு பகுதியினர், மென்ஷ் விக்குகள் என்று அழைக்கப்பட்டனர்.

ரஷ்யத் தொழிலாளி வர்க்க இயக்கத்தில் மட்டுமல்ல, உலகத் தொழிலாளி வர்க்க இயக்க வரலாற்றிலேயே ஒரு திருப்பு முனையாக அமைந்தது இந்தப் பிரிவு. தவிரவும், முற்றிலும் புதியதொரு புரட்சிகர தொழிலாளி வர்க்க கட்சி உதயமாவதற் கும் அது வழிவகுத்தது.

ஒரு விஷயம். மார்க்ஸ், எங்கெல்ஸ் மறைவுக்குப்பின் இத்தகைய புரட்சிகரத் திட்டம் உருவாக்கப்பட்டது அதுவே முதன்முறை.

6. கலகம், கலவரம், களேபரம்!

பெரும்பாலான நாடுகள் கன்னத்தில் கை வைத்து சோகத்துடன் உட்கார்ந்திருந்த காலம் அது. எல்லோருக்கும் ஒரே கவலை. ஒரே தேவை. பொருளாதாரத்தைப் பெருக்க வேண்டும். எல்லையை விரிவுபடுத்த வேண்டும். அண்டை நாட்டை விட கால் இன்ச் அளவுக்காவது அதிகமாக முன்னேற வேண்டும். எப்படி சாத்தியமாகும் இந்தக் கனவு? புதையல் கிடைக்குமா? அல்லது, வானத்திலிருந்து ஏதாவதொரு தேவதை கீழே இறங்கி, கைகளை உயர்த்தி ஆசீர்வதிக்குமா? இரண்டுமே சாத்தியமில்லை. அப்படியானால் , என்னதான் வழி?

ஒன்றே ஒன்றுதான். பக்கத்து தேசத்துக்குள் ஊடுருவுவது. அவர்கள் பிராந்தியத்தை வளைத்துப் போடுவது. அங்குள்ள வளங்களை அழுத்தம் திருத்தமாகக் கவர்வது. அராஜகம்தான். அக்கிரமம்தான். ஆனால், அதையெல்லாம் பார்த்துக் கொண்டிருக்க முடியாது.

ஜார் சும்மா இருப்பாரா? கையைப் பிசைந்து கொண்டே யோசிக்க ஆரம்பித்தார். என்ன செய்தால் கஜானா நிரம்பும்? அவர் யோசித்துக் கொண்டிருந்த சமயம், சீனாவில் ரயில் பாதை போடும்

உரிமை வந்து சேர்ந்தது. போதாது? காற்றுள்ளபோதே தூற்றிக் கொண்டார்.

அடுத்து என்ன செய்ய வேண்டும் என்று ஜாருக்குத் தெரிந்து விட்டது. ரயில் பாதை தானே போட வேண்டும், போட்டுக் கொடுத்தால் போச்சு என்று சொல்லி வேலையாட்களோடு சேர்த்து ரஷ்யத் துருப்புகளையும் அனுப்பி வைத்தார். பாது காப்புக்காக. அப்படித்தான் சொன்னார் அவர்.

துருப்புகளை அப்படியே வைத்திருந்தால் துரு பிடித்துவிடும் அல்லவா? சரி, உருப்படியாக ஏதாவது செய்யலாமே என்று யோசித்தவர், அப்படியே ஒரு தாவு தாவி கொரியாவைப் பிடிக்க முயன்றார். கவனிக்கவும். சீனாவின் போர்ட் ஆர்தர் துறை முகத்தையும், லியோதுங் தீபகற்பத்தையும் ஏற்கெனவே ரஷ்யா மடக்கிப் போட்டிருந்தது. கொசுறுக்கு கொரியா.

யாரும் தட்டிக் கேட்க மாட்டார்கள் என்ற தைரியத்தில்தான் ரஷ்யா கை நீட்டியது. ஆனால், நியாயம் கேட்க ஜப்பான் வந்துவிட்டது. ஜப்பானுக்கு என்ன கொரியா மீது அக்கறை? வேறொன்றுமில்லை. அவர்களுக்கும் கிட்டத்தட்ட இதே திட்டம்தான். சந்தையை விரிவுப்படுத்தியாக வேண்டும். அதற்குப் புதிய பிராந்தியங்கள் தேவை. எனவே, கொரியா தேவை. சீனாவை விழுங்க வேண்டும் என்பது கூட ஜப்பானின் கனவுதான். தவிரவும், ரஷ்யாவின் தூரக் கிழக்குப் பகுதியையும் கைப்பற்ற ஜப்பான் திட்டமிட்டுக் கொண்டிந்தது.

சரி, நீயாகவே வந்து என்னைச் சீண்டிவிட்டாய், இனி உன்னை விட மாட்டேன் என்று கோதாவில் குதித்தது ஜப்பான். முதல் காரியமாக, ரஷ்யாவுக்குள் ஓர் ஒற்றர் படையை அனுப்பி வைத்தது. ரஷ்யாவைச் சுற்றிச் சுற்றி வந்து பார்த்த ஒற்றர்கள் வெறுத்து விட்டார்கள். நாடா இது? நித்தம் நித்தம் சண்டை. சச்சரவு. போராட்டம். ஜார் பெயரளவில்தான் மன்னர். மற்றபடி, அரசாங்கம், நிர்வாகம் எதையும் சரிவர பார்த்துக் கொள்வ தில்லை.

ஆக, சிக்கல் இல்லாமல் தாக்கலாம். திருப்பி அடிக்கக் கூட ரஷ்யாவுக்கு திராணி இருக்காது. உற்சாகமடைந்த ஜப்பான், 1904-ம் ஆண்டு, பிப்ரவரி மாதத்தில் ரஷ்யாவின் போர்ட் ஆர்தர் துறைமுகத்தை அட்டகாசமாகத் தாக்கியது. ஜப்பானின் எதிர்பார்ப்பு வீண் போகவில்லை. கடற்படைக் கப்பல்கள்

இரண்டை ஜப்பானிய நீர் மூழ்கிக் கப்பல்கள் தாக்கித் தகர்த்தன. ஏழு ரஷ்ய யுத்தக் கப்பல்களை ஜப்பானியப் படைகள் பிடித்தன. மேலும், பல ரஷ்யக் கப்பல்கள் பெரும் சேதத்தைச் சந்தித்தன.

ஏப்ரல் 13-ம் தேதியன்று பெட்ரோபாவ்லாஸ்கி என்ற ரஷ்ய யுத்தக் கப்பல் கண்ணி வெடிகளால் தகர்க்கப்பட்டது. இதில் கப்பலின் கமாண்டர், அதிகாரிகள், மாலுமிகள், கடற்படை அதிகாரிகள் என 600 பேர் கொல்லப்பட்டனர். வெறும் 37 பேர் மட்டுமே உயிர் தப்பினர்.

சிறிய தாக்குதல்தான். ஆனாலும், திக்குமுக்காடிப் போய்விட்டது ரஷ்யா. ராணுவ வீரர்களுக்குப் போதுமான பயிற்சி இல்லை. ஆயுதங்கள் இல்லை. தவிர, எல்லா துறைகளிலும் ஊழல். ராணுவம், கடற்படை உள்பட. டாங்கிகளும் பீரங்கிகளும் வாங்கியதாகக் கணக்குக் காட்டிவிட்டு, விடுமுறை எடுத்துக் கொண்டு ஐரோப்பா முழுக்கச் சுற்றினால் எங்கிருந்து வரும் பலம்?

நான் நன்றாக இருந்தால் போதும் என்று ஜார் நினைத்தார். தளபதிகளும் அப்படியே நினைத்தார்கள். ராணுவ அதிகாரிகளும் அப்படியே நினைத்தார்கள். போர் முனையில் துப்பாக்கி ஏந்தி நிற்க வேண்டிய ராணுவ வீரர்களுக்கு மட்டும் நாட்டுப் பற்று பொத்துக் கொண்டா வந்துவிடப் போகிறது? 'ரஷ்யா எக்கேடு கெட்டால் என்ன' என்று காலை நீட்டி உட்கார்ந்து, வேடிக்கை பார்க்க ஆரம்பித்துவிட்டார்கள்.

மீறி போர்முனைக்குச் சென்றவர்களுக்கு அடிப்படை தற்காப்பு வசதிகள் கூட கிடைக்கவில்லை. யுத்தத்தால் பாதிக்கப்பட்ட ராணுவ வீரர்களை மருத்துவமனைக்குக் கொண்டுச் செல்லக்கூட வசதி வாய்ப்புகள் இல்லை. விளங்குமா?

ஏழு மாத முற்றுகைக்குப் பின் 1905-ம் ஆண்டு ஜனவரி மாதம் 2-ம் தேதியன்று, போர்ட் ஆர்தர் கோட்டையிலிருந்த 20,000 ரஷ்ய ராணுவத்தினர் ஜப்பானிடம் சரணடைந்தனர். போர்ட் ஆர்தரை ஜப்பானியப் படைகள் வெகு சுலபமாகக் கைப்பற்றின. வெற்றிலை பாக்கு போடுவது போல் அத்தனைச் சுலபமாக இருந்தது இந்தக் கைப்பற்றல்.

அந்த லட்சணத்தில் இருந்தது ரஷ்யா. ஜார் படைகளை ஜப்பானிய படைகள் ஓட ஓட விரட்டியடித்தன. குறிப்பாக, முக்டன் என்ற பகுதியில் நடைபெற்ற போரில் மட்டும் 1,20,000 வீரர்கள்

கொல்லப்பட்டனர். பல ஆயிரம் பேர் சிறைபிடிக்கப்பட்டனர். நினைத்தே பார்க்க முடியாத பெரும் இழப்பு. காரணம், ஜார். அவரது அலட்சியம். அகம்பாவம். திமிர்.

மே மாதம் 27-ம் தேதியன்று ரஷ்யாவின் பால்டிக் கடற்படை தாக்கப்பட்டது. அங்கிருந்த முப்பத்தெட்டு யுத்தக் கப்பல்களில் மூன்றே மூன்றுதான் தப்பின.

யுத்தம் இத்துடன் நிற்கவில்லை. ரஷ்யர்கள் வசமிருந்த சகாலின் தீவில் ஜூலை முதல் வாரத்தில் ஜப்பானிய ராணுவத்தினர் ஏழாயிரம் பேர் இறங்கினர். மூன்று வாரம் சண்டை போட்டனர். ரஷ்யாவால் தாக்குப் பிடிக்க முடியவில்லை. கைகளை மேலே தூக்கி விட்டனர். மஞ்சூரியாவில் 12 நாள்கள் நீடித்த போருக்குப் பிறகு இரண்டு லட்சம் ரஷ்ய ராணுவத்தினர் ஜப்பானியரால் தோற்கடிக்கப்பட்டனர்.

ரஷ்யா என்னும் தேசமே இல்லாமல் போய்விடுமோ என்று அஞ்சும் அளவுக்குத் தீவிரமாக நடந்தது ஜப்பான் தொடுத்த யுத்தம். இறுதியில் அமெரிக்க ஜனாதிபதி ரூஸ்வெல்ட்டின் தலை யீட்டால் போர் முடிவடைந்தது.

போர்ட் ஸ்மவுத் என்ற இடத்தில் நடைபெற்ற சமாதானப் பேச்சுவார்த்தையில், ரஷ்யா மீது ஜப்பான் பல நிபந்தனைகளை விதித்தது. ரஷ்ய ராணுவம் மஞ்சூரியாவிலிருந்து வெளியேற வேண்டும். கொரியாவில் ஜப்பானின் தனி உரிமைகள் அங்கீகரிக்கப்பட வேண்டும். மீண்டும் அங்கே ரஷ்யா தலையிடக் கூடாது. போர்ட் ஆர்தர் உள்ளிட்ட தீபகற்பங்கள் ஜப்பானிடம் ஒப்படைக்கப்பட வேண்டும். ஜப்பான் கடலில், ரஷ்ய எல்லைக்குட்பட்ட கடல் பகுதியில் மீன் பிடிக்கும் உரிமை ஜப்பானுக்குத் தரப்பட வேண்டும். தவிர, பெரும் தொகையை யுத்த நஷ்ட ஈடாக ரஷ்யா, ஜப்பான் நாட்டுக்குத் தர வேண்டும்.

படுதோல்வி கண்ட ஜார் அரசாங்கம், இந்தக் கோரிக்கைகள் அனைத்தையும் மௌனமாக ஏற்றுக் கொண்டது. வேறு வழி இல்லை.

லெனின் இந்த யுத்தத்தைத் தொடக்கம் முதலே எதிர்த்தார். ஜார் ஆட்சியின் திறமையின்மையை வெளிச்சம் போட்டுக் காட்டி னார். ஜாரும் ஜப்பானும் அடித்துக் கொள்ளும்போது, பாதிக்கப் படுவது என்னவோ ரஷ்யர்கள்தான் என்பதை மக்களுக்குத்

தெளிவுபடுத்தினார். பொருளாதார நெருக்கடிகள் தோன்றுவது இப்படித்தான் என்று சுட்டிக் காட்டினார். விலைவாசி உயர் வதற்கு இதுதான் காரணம் என்றார்.

'வாருங்கள் போராடுவோம்' என்றார் லெனின். மக்கள் முன் வந்தனர்.

●

ஜனவரி 3, 1905-ல் செயின்ட் பீட்டர்ஸ்பர்க் நகரிலிருந்த புடிலோவ் வொர்க்ஸ் தொழிற்சாலையில் பிரம்மாண்டமான வேலை நிறுத்தப் போராட்டம் வெடித்தது. நான்கு தொழிலாளர்களை திடீரென்று வேலையிலிருந்து நிறுத்தியதுதான் காரணம்.

சிறியதாகத்தான் ஆரம்பித்தது. ஆனால், விரைவில் பிற பகுதி களுக்கும் பரவியது. சிறிய தொழிற்சாலை, பெரிய தொழிற் சாலை, மில்கள் என்று அத்தனை இடங்களிலும் பற்றிக் கொண்டது. விரைவில், ஒரு மிகப் பெரும் பொது வேலை நிறுத்தமாக, பெரும் இயக்கமாக வளர்ந்தது.

●

ஜனவரி 9, 1905. அதிகாலை. பனி தூறிக் கொண்டிருந்தது.

செயின்ட் பீட்டர்ஸ்பர்க் அது வரை அத்தனைப் பெரிய மக்கள் திரளைக் கண்டதில்லை. வரிசை வரிசையாக ஒருவர் பின் ஒருவராக முன்னேறினார்கள். மொத்தம் 1,40,000 பேர். அத்தனைப் பேரும் தொழிலாளர்கள். குடும்பத்தினருடன், குழந்தை குட்டிகளுடன் திரண்டிருந்தார்கள். சிலர் பெரிய பதாகைகளில் ஜாரின் உருவப் படத்தை சுமந்திருந்தனர்.

ஜாரின் குளிர்கால அரண்மனையை அடைந்ததும் எல்லோரும் அமைதியாக நின்றனர். இந்த ஊர்வலத்துக்குத் தலைமை தாங்கு வது போல் முன்னால் நின்று கொண்டிருந்தார் மதகுரு கோபன்.

'தொழிலாளர்களே, யாரும் கவலைப்பட வேண்டாம். நிகோலஸ் நல்லவர். முந்தைய ஜார் மன்னரைப் போல் இல்லை இவர். நம்முடைய மனுக்களை அவரிடம் கொடுக்கலாம். குறைகளைச் சொல்லலாம். நிச்சயம் நமக்கு அவர் நல்வழி காட்டுவார்.'

மக்கள் தலையாட்டினர். சட்டைப் பாக்கெட்டில் செருகி வைத் திருந்த மனுக்களை ஒருமுறை தொட்டுப் பார்த்துக் கொண்டனர்.

ஜார் மன்னர் மீது அவர்களுக்கு நம்பிக்கை இருக்கிறதோ, இல்லையோ, கோபன் பாதிரியார் மீது அவர்களுக்கு நம்பிக்கை இருந்தது. தவிரவும், ஜாரிடம் மனு கொடுக்க மட்டும்தானே முடியும். வேறு என்ன செய்துவிட முடியும்? மரியாதையாக எங்கள் வேலை நேரத்தை குறையுங்கள், பண்ணையடிமை முறையை மாற்றுங்கள் என்று மிரட்டவா முடியும்? என்னதான் இருந்தாலும் மன்னர். மண்டியிட்டு கேட்டால் பிழைத்துப் போ என்று விட்டுவிட மாட்டாரா?

சில புரட்சிகர அமைப்புகள் ஆங்காங்கே முளைத்திருப்பது உண்மைதான். பேச வேண்டாம், போராடலாம் என்று இவர்கள் அறைகூவல் விடுப்பதும் உண்மைதான். ஆனால்? ஆனால்? போராட்டம் என்று அவர்கள் சொல்வது எதை? நம்மை என்ன செய்ய வேண்டும் என்று அவர்கள் எதிர்பார்க்கிறார்கள்? துப்பாக்கியில் ரவைகளை நிரப்பிக் கொண்டு, அரண்மனைக் கதவுகளை உடைத்து ஜாரை சுட்டுத் தள்ள வேண்டும் என்றா? இதோ, இப்போது கூட, போல்ஷ்விக் போக வேண்டாம் என்று தான் தடுத்தனர். ஜாரிடம் பேசி பிரயோஜனமில்லை, அவரிடம் மனு கொடுப்பது வீண், ஆபத்தானது கூட என்றுதான் எச்சரித்தனர். ஆனால் வேறு வழியில்லை.

கோபன் பாதிரியார் சொல்வதைக் கேட்பதே மேல். அரண்மனை வாசலுக்கு வந்து விட்டார்கள்.

பனி மழை தீவிரமடைந்தது.

'ஜார் நம்மை வந்து பார்ப்பாரா?'

'நிச்சயம் வருவார். அமைதியுடன் காத்திருப்போம். இத்தனைப் பெரிய கூட்டத்தை அவரால் உதாசீனம் செய்ய முடியாது.'

ஜார் சோம்பல் முறித்துக் கொண்டே ஜன்னல் கதவைத் திறந்து எட்டிப் பார்த்தார்.

'ஆ! மக்களே, இத்தனை அதிகாலையில் இங்கே வந்துவிட்டீர் களா? அதுவும் இத்தனைப் பெரிய கூட்டமாக. உங்களுக்கு என்னதான் வேண்டும்? ஏன் இப்படி வந்து வந்து என்னை தொந்தரவு செய்கிறீர்கள். சரி. காத்திருங்கள். காபி குடித்து விட்டு வருகிறேன்.'

அரண்மனை கதவு திறந்து விடப்பட்டது. அத்தனை தொழிலாளர் களும் உற்சாகத்துடன் உள்ளே நுழைந்தனர்.

அடுத்த நிமிடம், தயாராக இருந்த ராணுவத்தினர் சரமாரியாகச் சுடத் தொடங்கினர். காட்டுத்தனமாகச் சுட்டார்கள். யார் என்ன என்றெல் லாம் பார்க்க அவகாசமில்லை. சுடச் சொல்லி உத்தரவு. சுட்டார் கள். கிட்டத்தட்ட கண்களை மூடிக் கொண்டு. அத்தனை அருகி லிருந்து சுட்டதால், ஒரு குண்டு கூட வீணாகவில்லை. கும்பல் கும்பலாக மக்கள் சரிந்து விழுந்தனர். பத்து, நூறு, ஆயிரம். சில மணி நேரங்களில், ஆயிரத்துக்கும் அதிகமானவர் இறந்து போனார் கள். ஆண்கள், பெண்கள், குழந்தைகள். அத்தனைப் பேரும்.

செயின்ட் பீட்டர்ஸ்பர்க் நகரம் முழுவதும் ரத்த ஆறு. நகரம் எங்கும் ஒப்பாரி, ஓலம். யுத்தம் நடந்து முடிந்த இடம் போல் காட்சியளித்தது அரண்மனை வாசல்.

ரஷ்யா திமிறி எழுந்தது.

மனு கொடுக்க வந்தால் துப்பாக்கிச்சூடு. நிராயுதபாணிகள் மீது கொலைவெறித் தாக்குதல். புரட்சி, போராட்டம் எதுவும் வேண்டாம் என்று அமைதியாக ஊர்வலம் சென்றால் நெற்றிப் பொட்டில் குறி பார்த்துச் சுடுகிறார்கள்.

அதிர்ச்சியளிக்கக்கூடிய மற்றொரு விஷயமும் வெளிவந்தது. உண்மையில், இந்த கோபன் பாதிரியார் ஒரு ஜார் ஆதரவாளர். காவல்துறையின் கையாளும் கூட. வேலை நிறுத்தத்தை தொழி லாளர்கள் கைவிட வேண்டும் என்பதற்காக இவரது உதவியை நாடியிருக்கறார்கள். இந்தப் போலி பாதிரியாரும் நயவஞ்சக மாகப் பேசி தொழிலாளர்களை அரண்மனைக்குக் கூட்டி வந்திருக்கிறான்.

ஆக, ஒரு விஷயம் தெளிவாகப் புரிந்து போனது. ஜார் போன்ற ஒரு மிருகத்தை சாத்வீகமான முறையில் சமாளிக்க முடியாது. புரட்சி மட்டுமே வழி.

இந்தக் களேபரத்தில் தொழிலாளர்கள் கொண்டு வந்த மனு குப்பையோடு குப்பையாக அள்ளி வெளியில் வீசப்பட்டது.

சரித்திரத்தில் பதிந்த போன அந்த உருக்கமான மனு இதுதான்:

‘செயின்ட் பீட்டர்ஸ்பர்க் தொழிலாளிகளாகிய நாங்கள், பெருமை தாங்கிய சக்கரவர்த்தியாகிய தங்களிடம் ஒரு விண்ணப்பத்தைச் சமர்ப்பிக்க வந்திருக்கிறோம்.

எங்கள் மனைவி, குழந்தைகள், முதிய பெற்றோர் அத்தனைப் பேரையும் கையோடு அழைத்து வந்திருக்கிறோம்.

எங்களுக்கு சத்தியமும் பாதுகாப்பும் தேவை. நாங்கள் வறுமை நோயால் பீடிக்கப்பட்டிருக்கிறோம். நாங்கள் ஒடுக்கப்பட்டவர்கள்.

நாங்கள் அவமதிப்புக்கும் அவமானத்துக்கும் ஆளாகிறோம். நாங்கள் மனிதர்களாக நடத்தப்படவில்லை. பொறுத்துப் பொறுத்துப் பார்த்து அலுத்து விட்டது.

ஏழைமை என்னும் படு குழியில், நரகத்தில், அறியாமை என்னும் சகதியில் சிக்கி, திணறிக் கொண்டிருக்கிறோம். எதேச்சாதிகாரத்தினாலும், கொடுங்கோன்மையாலும் எங்களுடைய குரல்வளை நெறிக்கப்படுகிறது. எங்களுடைய பொறுமை எல்லையைக் கடந்து விட்டது. இந்தச் சகிக்க முடியாத துயரங்களைப் பொறுத்துக் கொண்டிருப்பதைவிட சாவதே மேல் என்று சொல்லும்படியான பயங்கர நேரம் வந்துவிட்டது.'

ஆகவே அவர்கள் சாகடிக்கப்பட்டார்கள்! ரஷ்ய சரித்திரத்தில் நீங்காத வடுவாகப் பதிந்து போன இந்த ஜனவரி 9 தினத்தை பின்னாள்களில் 'ரத்த ஞாயிறு' என்று அழைக்கத் தொடங்கினார்கள்.

•

துக்கம், வேதனை, கோபம் மூன்றும் சேர, வேக வேகமாக தீ பற்றி எரிய ஆரம்பித்தது. இனி, பேசிப் பிரயோஜனமில்லை. போராட்டம் மட்டுமே ஒரே வழி என்ற முடிவுக்கு தொழிலாளர்கள் வந்து சேர்ந்திருந்தனர். உயிரே போனாலும் பரவாயில்லை. ஜார் ஆட்சியைத் தூக்கி எறிந்துவிட்டுத்தான் சாவேன் என்று பலர் உறுதிமொழி எடுத்துக் கொண்டனர்.

அன்று மாலை தொழிலாளர் குடியிருப்புப் பகுதிகளிலிருந்த தெருக்களில் மக்கள் திரண்டனர். சத்தம் போட்டு கத்தினர். 'ஜார் நமக்கு குண்டுகளைக் கொடுத்தான். நாம் அவனுக்கு அதைத் திருப்பிக் கொடுப்போம்.'

'ஜாரின் எதேச்சாதிகாரம் ஒழிக!' நகரங்கள் முழுவதும் வேலை நிறுத்தப் போராட்டங்கள் வெடித்தன. தொழிற்சாலைகள் மூடியே கிடந்தன. அந்த ஒரு மாதம் மட்டும் 4,40,000 பேர் வேலைநிறுத்தத்தில் கலந்து கொண்டனர்.

•

லெனின் அப்போது ஜெனீவாவில் இருந்தார். இந்தப் படு கொலைகள், அவற்றின் காரணமாக உருவெடுத்த கொந்தளிப்பு, மக்களின் ஆவேசம் போன்ற அனைத்து விவரங்களும் அவருக்கு உடனடியாகக் கிடைத்தன. துடிதுடித்துப் போனார் அவர்.

'மிகப் பெரிய வரலாற்று முக்கியத்துவம் வாய்ந்த நிகழ்ச்சிகள் ரஷ்யாவில் நடைபெற்றுக் கொண்டிருக்கின்றன. ஜார் ஆட்சியை எதிர்த்துப் பாட்டாளி வர்க்கம் பொங்கி எழுந்துள்ளது. அதற்குக் காரணம் வேறு யாருமல்ல, அரசாங்கம்தான். நடந்து முடிந்த கோர சம்பவத்துக்கு அரசாங்கம்தான் முழுமையாகப் பொறுப் பேற்க வேண்டும்.'

வாய்ப்பேயில்லை. பொறுப்பற்ற ஜார் அரசாங்கம், இதற்கா பொறுப்பேற்கப் போகிறது? மாறாக, பாட்டாளி வர்க்கத்தையே அவர்கள் சாடினார்கள். 'பொறுமை இல்லாமல் இப்படியா திபுதிபுவென்று ஒன்று கூடுவது? அவர்களுக்கு இந்தத் தண்டனை தேவைதான்.'

தொழிலாளர்கள் வெகுண்டு எழுந்தனர். சுட்டுக் கொன்றதோடு இல்லாமல் பழியையும் நம் மீது அல்லவா போடுகிறார்கள்? இனியுமா பொறுத்துக் கொண்டிருப்பது?

புரட்சி வெடிக்க ஆரம்பித்தது. உலகம் முழுவதுமுள்ள பாட்டாளி மக்கள், ரஷ்யாவை ஆவலோடு கவனிக்கத் தொடங்கினார்கள். தொழிலாளர்கள் உணர்வுபூர்வமாக ஒன்று சேர்ந்தனர். போராட்ட குணம் கொழுந்துவிட்டு எரிந்தது. அமைப்பு ரீதியாக ஆள்கள் ஒன்று திரண்டனர்.

லெனின், அத்தனை மாற்றங்களையும் கவனமாக ஆராய்ந்து கொண்டிருந்தார். அடுத்து என்ன செய்வது என்று அவர் யோசித்துக் கொண்டிருந்தபோதே மற்றொரு பிரச்னை. ஜார் அரசாங்கத் திடமிருந்து அல்ல, மென்ஷ்விக்குகளிடமிருந்து. கடுமையான விமர்சனங்கள். லெனின் செய்வது சரியல்ல. இந்தச் சந்தர்ப்பத்தில் மக்களை ஒன்றிணைக்க முயற்சி செய்வது வீண். போல்ஷ் விக்குகளால் பலமான ஒரு கட்சியாக உருவெடுக்க முடியாது. இத்யாதிகள்.

இது போன்ற தொடர் நச்சரிப்புகளால் லெனினுக்கு ஏற்பட்ட ஒரே இழப்பு, இஸ்க்ரா பத்திரிகை அவர் கையை விட்டு போனதுதான்.

●

மக்கள் ஒன்று கூடுகிறார்கள் என்று தெரிந்ததுமே பின் வாங்க ஆரம்பித்தது ஜார் அரசாங்கம். திரும்பத் திரும்ப ராணுவத்தை அனுப்பி கட்டுப்படியாகாது. எத்தனைப் பேரை நசுக்குவது? நூறு பேரை ஒழித்தால், ஆயிரம் பேர் முளைக்கிறார்கள். இந்த ஆயிரத்தையும் ஒழித்துக் கட்டினால் லட்சக்கணக்கில் திரண்டு வந்தாலும் வந்துவிடுவார்கள். வர வர, மக்களுக்கு பயமே இல்லாமல் போய்விட்டது.

சரி. இந்த முறை சிறிதாக ஒரு புளிப்பு மிட்டாய் கொடுத்து சமாளிக்கலாமா?

கொடுத்தார்கள். அதற்கு ஸ்டேட் டூமா (State Duma) என்று பெயர். இது மக்கள் சபை. மக்கள் இங்கு வந்து குறைகளைக் கொட்ட லாம். இது உங்கள் நலனுக்காகத்தான். இனி நீங்கள் போராட்டம் அது இது என்று பனியில் அலைய வேண்டியதில்லை. எல்லா வற்றையும் டூமாவில் பார்த்துக் கொள்ளலாம். இப்படியெல்லாம் குளுகுளுவென்று விளம்பரம் செய்தார்கள்.

போல்ஷ்விக்குகள் இந்த மோசடியை அம்பலப்படுத்தினர். மக்களை திசைதிருப்ப அனைத்து விதமான மோசடிகளையும் செய்ய ஜார் தயாராக இருப்பதைச் சுட்டிக் காட்டினர்.

●

ரத்த ஞாயிறு சம்பவத்துக்குப் பின், ரஷ்யாவில் தொழிலாளிகள் போராட்டம் அரசியல் முதல் பெற ஆரம்பித்தது. வேலை நிறுத்தம் மூலமே இதுவரை தமது எதிர்ப்புகளைக் காட்டி வந்த தொழிலாளிகள், முதல் முறையாக அரசியல் கோரிக்கைகளை எழுப்பினர்.

எதிர்ப்பைப் பதிவு செய்வதற்காக வேலை நிறுத்தம் என்ற நிலை மாறி, அரசியல் கோரிக்கைகளை முன்னெடுத்துச் செல்வதற்காக என்று முன்னேறினர். பாதி உறக்கத்தில் எழுப்பினால்கூட 'மன்னர் வாழ்க!' என்று தன்னிச்சையாக உளறும் பயந்தாங்கொள்ளிகள் கூட, தைரியத்துடன் 'ஜார் மன்னன் ஒழிக!' 'போல்ஷ்விக்குகளுக்கே வெற்றி!' என்று கோஷமிட்டனர்.

இது ஆயுதங்கள் கொடுத்த தைரியம் இல்லை. நிச்சயமாக இல்லை. லெனின் பரப்பிய கம்யூனிச சித்தாந்தம் அளித்த தைரியம். சிறு பொறியாக தோன்றிய புரட்சி தீ, காட்டுத்தீயாக பரவியது.

1905-ம் ஆண்டு மே மாதத்தில் ரஷ்யாவில் நடைபெற்ற போராட்டங்களில் மட்டும் புதிதாக இரண்டு லட்சத்துக்கும் அதிகமான தொழிலாளிகள் பங்கேற்றனர். தவிரவும், ஒடெஸ்ஸா, ரீகா போன்ற நகரங்களில் ஜார் ராணுவத்தினருடன் நேரடியாக மோதினர்.

வார்ஸாவில் நூற்றுக்கணக்கான தொழிலாளிகள் போராட்டத்தில் குதித்தனர். இவர்களில் பெரும்பாலானோர் கொல்லப்பட்டனர். ஆனாலும் போராட்டம் தொடர்ந்தது. லாட்ஜ் நகரில் ஜார் படைகளை எதிர்த்து, தொழிலாளிகள் வீதிகளில் இறங்கிப் போராடினர். வாஸினெஸ்க் என்ற இடத்தில் எழுபதாயிரம் தொழிலாளர்கள் பங்கேற்ற வேலைநிறுத்தம் மே மாதம் தொடங்கி, ஆகஸ்ட் வரை நீடித்தது.

இந்தப் போராட்டங்களுக்குத் தலைமை தாங்கியவர்கள் போல்ஷ்விக்குகள்.

நகரங்களைத் தொடர்ந்து, கிராமங்களிலும் கொந்தளிப்பு ஏற்பட்டது. விவசாயிகள் பெரும் எண்ணிக்கையில் பண்ணைகளில் புகுந்து அங்கிருந்தவற்றை அழித்தனர். அறுவடை செய்து வைத்திருந்த நிலங்களைத் தாமாகவே கைப்பற்றிக் கொண்டனர். நிலப்பிரபுக்களின் களஞ்சியங்களைச் சுற்றி வேலி போட்டனர். பசித்தவர்களிடையே தானியங்கள் பங்கிடப்பட்டன. பல கிராமங்களில் நிலப்பிரபுக்கள், பாதுகாப்பைத் தேடி நகரங்களுக்கு ஓட வேண்டியிருந்தது.

ஜார் அரசாங்கம் ராணுவத்தை அனுப்பியது. விவசாயிகளின் தலைவர்கள் மரத்தில் கட்டி வைக்கப்பட்டு, சவுக்கால் அடிக்கப்பட்டனர். சுட்டுக் கொல்லப்பட்டனர். ஆனால், விவசாயிகள் பணியவில்லை. வால்கா, ஜார்ஜியா போன்ற பல பகுதிகளுக்கும் போராட்டம் பரவ ஆரம்பித்தது.

ஒரு பக்கம் தொழிலாளிகளின் கிளர்ச்சி. மறுபக்கம் ஜப்பானிடம் ஏற்பட்ட தோல்வி. ஜார் மெய்யாகவே பேஜாராகிப் போனார்.

●

அதே ஆண்டு ஜூன் மாதம் கருங்கடல் கப்பற்படையைச் சேர்ந்த போட்டம்கின் (Potemkin) என்ற யுத்தக் கப்பலில் எதிர்பாராத விதமாகக் கலகம் வெடித்தது. அப்போது, ஒடெஸ்ஸா என்னும் நகருக்கு அருகில் கப்பல் நிறுத்தி வைக்கப்பட்டிருந்தது.

நகரத்துக்குள் எட்டிப் பார்த்த கப்பல் மாலுமிகள், வெளியில் நடந்து கொண்டிருந்த போராட்டங்களை நேரில் கண்டனர்.

ஒடெஸ்ஸா என்றில்லாமல் ரஷ்யா முழுவதும் பல பகுதிகளில் இது போல் பெரிய அளவில் கலகம் வெடித்துக் கொண்டிருப் பதை அவர்கள் தெரிந்து கொண்டனர். கொந்தளிப்புடன்தான் மீண்டும் கப்பலுக்குத் திரும்பினார்கள் மாலுமிகள். கப்பலி லிருந்த அதிகாரிகளுக்கும் அவர்களுக்கும் மோதல்கள் வெடித்தன.

அற்பப் பணத்துக்காக அதிகாரிகள் தங்களை அடக்கி வைத் திருப்பதை மாலுமிகள் உணர்ந்து கொண்டனர். அப்போது தான் நேரில் கண்ட போராட்டம் அவர்களை யோசிக்க வைத்தது. மாலுமிகள் ஒன்று திரண்டார்கள். ஒரு வார்த்தையும் பேசாமல் துப்பாக்கியை எடுத்து அத்தனை அதிகாரிகளையும் சுட்டுக் கொன்றனர்.

நிலத்திலுள்ள பிரச்னைகள் போதாதென்று நீரிலும் பிரச்னை. விட்டத்தைப் பார்த்துக் கொண்டே உத்தரவிட்டார் ஜார் மன்னர். யுத்தக் கப்பல்கள் சீறிப் பாய்ந்து கிளம்பின. அவர்களுக்கு இடப்பட்ட பணி இதுதான். போட்டம்கின் கப்பலில் உள்ள அத்தனை மாலுமிகளையும் சுட்டுக் கொல்லுங்கள்.

'சரி' என்று தலையை ஆட்டிவிட்டுத்தான் வந்தார்கள். ஆனால் முடியவில்லை. என்னதான் இருந்தாலும் அவர்களும் தொழி லாளர்கள். சக தோழர்கள். ஜார் சொன்னார் என்பதற்காக அவர்களைக் கொல்ல முடியுமா?

போட்டம்கின் கப்பலின் உச்சியில் செங்கொடி பறந்தது. இறுதியில், பல மடங்கு பெரிய படையை அனுப்பி, கப்பலைச் கைப்பற்றினர். கலகம், எதிர்கலகம் செய்த அத்தனை பேருக்கும் மரண தண்டனை.

அங்கே, பிறகு இங்கே. பிறகு ஒரே நேரத்தில் பல இடங்களில். ஆக மொத்தம், போராட்டங்கள் வெடித்துக் கொண்டே இருந்தன.

அக்டோபர் மாதம் மாஸ்கோ-காஸான் ரயில்வேயில் வேலை நிறுத்தம் தொடங்கியது. பிற பகுதிகளைச் சேர்ந்த ரயில்வே தொழிலாளர்களும் இதில் இணைந்து கொண்டனர். கூடவே, தபால், தந்தித் தொழிலாளர்களும் போர்க் கொடி உயர்த்தினர்.

இந்தத் தொடர் போராட்டங்கள் 'அக்டோபர் அரசியல் வேலை நிறுத்தம்' என்று பின்னாளில் அழைக்கப்பட்டது. ஒட்டுமொத்த ரஷ்யாவையும் உலுக்கியது இந்தப் போராட்டம். அனைத்து முக்கியச் சேவை நிலையங்களும் மூடப்பட்டிருந்தன. தவிரவும், பத்து லட்சம் ஆலைத் தொழிலாளர்களும் இந்தப் போராட்டத்தில் பங்கேற்றனர்.

●

புளிப்பு மிட்டாய் கொடுத்து சரிகட்டி விடலாம் என்று பகல் கனவு கண்டுகொண்டிருந்த ஜார் ஆடிப் போனார். இனி புளிப்பு மிட்டாய் சரி வராது. இனிப்பு மிட்டாய்தான். அதுவும் இல்லை என்றால் ஸ்ட்ராங் மிட்டாய்.

அக்டோபர் 11-ம் தேதியன்று ஜார் கொடுத்த இனிப்பு மிட்டாய் இது.

'என் அன்பிற்கினிய ரஷ்ய மக்களே, இன்று முதல், இந்த நிமிடம் முதல் உங்களுடைய அடிப்படை உரிமைகள் மதிக்கப்படும். தனிநபர் உரிமை, பேச்சுரிமை, எழுத்துரிமை, வாக்குரிமை அனைத்தும் வழங்கப்படும். இனி நீங்கள் எதை வேண்டுமானாலும் படிக்கலாம். என்ன வேண்டுமானாலும் விவாதிக்கலாம். கூட்டம் கூடலாம். கதை பேசலாம். சரியா? இனி முரண்டு பிடிக்கக் கூடாது. வாருங்கள், தொழிற்சாலைகளுக்குத் திரும்புங்கள். தபால், தந்தி எதுவும் இல்லாமல் எல்லோரும் கஷ்டப்படுகிறார்கள் அல்லவா? அவர்கள் பாவம் இல்லையா? வாருங்கள்.'

பின்னணியில் வேறு வேலைகள் நடந்துகொண்டிருக்கின்றன. உள்நாட்டுக் கலவரத்தைத் தூண்டிவிடும் பணியில் காவல் படையினர் ஈடுபட்டுக் கொண்டிருந்தனர். ரஷ்யர்களுக்கு எதிராக யூதர்களை. பெரும்பான்மையினருக்கு எதிராக சிறுபான்மையினரை. இல்லாதவர்களுக்கு எதிராக இருப்பவர்களை.

கிரிமினல் கும்பல்களைத் தேடிக் கண்டுபிடித்து, மக்கள் மீது ஏவிவிட்டனர். சட்டம் பேசும் தொழிலாளர்களை, போராட்டத்தை முன்னெடுத்துச் செல்லும் அறிவுஜீவிகளை தேடித் தேடி சாகடித்தனர் இவர்கள். கூட்டம் போடுங்கள், என்ன வேண்டுமானாலும் விவாதியுங்கள் என்று சொல்லிவிட்டு, கூட்டம் கூடும் பகுதிகளுக்கு துப்பாக்கியுடன் ஆள்களை அனுப்பி வைத்தார் ஜார்.

●

லெனின் யோசித்தார். எத்தனை ஆயிரம் போராட்டங்கள்! விதவிதமான கோஷங்கள்! இதையெல்லாம் யாராவது கண்டு கொள்கிறார்களா? ஜார் சாய்வு நாற்காலியில் அமர்ந்து முந்திரிப் பருப்பு சாப்பிட்டுக்கொண்டே வேடிக்கை பார்க்கிறார். அவ்வளவே.

மீண்டும் மீண்டும் பாதிக்கப்படுவது என்னவோ அப்பாவி தொழிலாளர்கள்தாம். இனியும் இந்த நிலை தொடரக் கூடாது. அதற்குத் தேவை ஆயுதங்கள். மக்களுக்கு ஆயுதங்கள் வழங்கப் பட வேண்டும். கம்பு, குச்சி, கற்களை வைத்துக் கொண்டு அத்தனை பெரிய ராணுவத்தை எதிர்ப்பது சாத்தியமேயில்லை. அவர்களைப் போலவே இவர்களிடமும் ஆயுதங்கள் இருந்தால், நெருங்குவார்களா?

பார்த்துவிடலாம். எல்லாவற்றுக்கும் ஒரு முடிவு உண்டு.

ஆயுதம் முக்கியம். அதற்கு முன்னால் அத்தியாவசியங்கள் கவனிக்கப்படவேண்டும்.

பாதிக்கப்பட்ட அனைத்து மக்களுக்குமான ஆயுதம் ஒன்று தயார் செய்யப்பட்டது. 'சோவியத்.' இதன்படி, நகரிலுள்ள மில்கள் மற்றும் ஆலைகளிலிருந்து தொழிலாளர்கள் தேர்ந் தெடுக்கப்படுவார்கள். இவர்கள் பிரதிநிதி சபை ஒன்றை அமைப்பார்கள். இது அனைத்து தொழிலாளர்களுக்குமான சபையாக இருக்கும். சோவியத் என்பது தொழிலாளர்களின் அரசியல் அமைப்பு. அவர்களது தேவைகளுக்காகப் போராடும் அமைப்பு.

ஒன்றல்ல, பல சோவியத்துகள் இதுபோல் உருவாக்கப்படும். புரட்சிகர அரசியல் அதிகாரம் ஒன்று உருவாகும்போது, அதன் மையக் கருவாக இந்த சோவியத்துகள் இருக்கும்.

அக்டோபர் 13-ம் தேதியன்று செயின்ட் பீட்டர்ஸ்பர்க் நகரின் மில் களிலும் ஆலைகளிலும் சோவியத்துகளுக்கு தேர்தல்கள் நடை பெற்றன. அன்றிரவே சோவியத்தின் முதல் கூட்டம் நடந்தது. பின்னர் மாஸ்கோவில் மற்றொரு கூட்டம். எதிர்பார்த்தபடியே நன்றாக வேலை செய்தது இந்தப் புதிய அமைப்பு.

அக்டோபரிலிருந்து டிசம்பருக்குள் ரஷ்யாவின் அனைத்து நகரங் களிலும் சோவியத்துக்கள் அமைக்கப்பட்டன. அடுத்தக் கட்ட

மாக, ராணுவ வீரர்கள் மற்றும் மாலுமிகளுக்கான சோவியத்துக் களை உருவாக்க முடியுமா என்று ஆராய்ந்தார்கள். பிறகு, தொழிலாளர்-விவசாயிகளின் பிரதிநிதிகள் அடங்கிய சோவியத்.

'சோவியத்' என்னும் மந்திரச் சொல் ரஷ்யாவைக் கட்டிப் போட்டது.

ராணுவத்திலும் கடற்படையிலும் கூட, போல்ஷ்விக் கட்சிகள் புயல் போல் நுழைந்தனர். ஆதரவு பெருகிக் கொண்டே போனது. ஜார் மன்னன் மற்றும் நிலப்பிரபுக்களுக்கு எதிராக மக்கள் ஆயுதங்களைக் கையிலேந்த வேண்டும் என போல்ஷ்விக்குகள் அறைகூவல் விடுத்தனர். ராணுவம் மற்றும் கடற்படைப் பிரிவு களில் போல்ஷ்விக் கட்சியின் ராணுவக் குழுக்கள் உருவாக்கப் பட்டன. தொழிலாளர் குழுக்களுக்கு ஆயுதங்களைக் கையாளும் முறை கற்றுத் தரப்பட்டது.

1905 டிசம்பர் மாதம் லெனின் தலைமையில் ஃபின்லாந்தில் போல்ஷ்விக் கட்சி மாநாடு கூடியது. ஜோசப்புக்கும் அழைப்பு அனுப்பப்பட்டிருந்தது. ஜோசப் உற்சாகத்துடன் கிளம்பிச் சென்றார். ஃபின்லாந்தை தொட்டதுதான் தாமதம். ஜோசப்புக்கு குறுகுறுப்பு. லெனின் எங்கே? லெனின் எங்கே?

சந்தித்தபோது, திகைப்புடன் அப்படியே நின்றுவிட்டார். இவரா லெனின்? ஆஜானுபாகுவாக, கம்பீரமாக இருப்பார் என்றல்லவா நினைத்தேன். இத்தனை குள்ளமானவரா அவர்? இத்தனைச் சாதாரணமானவரா? ரஷ்யா முழுவதும் சலசலப்பை ஏற்படுத்தி வரும் தலைவர் லெனின், இவரா?

கட்சி என்ன செய்ய வேண்டும், மக்களை எப்படி வழிநடத்த வேண்டும், உடனடியாகச் செய்து முடிக்க வேண்டிய பணிகள் என்னென்ன, அதற்கு யார் யாரெல்லாம் பொறுப்பு? அத்தனை விஷயங்களும் விவாதிக்கப்பட்டன. லெனின் தனது கருத்து களை தெளிவாக முன்வைத்தார்.

ஜோசப், லெனினை வைத்த கண் வாங்காமல் பார்த்துக் கொண் டிருந்தார். லெனின் என்னிடம் பேசுவாரா? என்னை அவருக்கு நினைவில் இருக்குமா? அவருடன் கை குலுக்கலாமா?

லெனின் புன்னகையுடன் ஜோசப்பை நெருங்கினார்.

'பிறகு, ஜார்ஜியா எப்படி இருக்கிறது?'

ஒரே வாக்கியம். தடுமாறிவிட்டார் ஜோசப். என்ன சொல்வது என்றே அவருக்கு தெரியவில்லை. மென்று விழுங்கி எதையோ சொன்னார். லெனின் தலையை அசைத்துக் கொண்டே நகர்ந்துச் சென்றுவிட்டார்.

எத்தனை பெரிய வரம்!

சிறிது உலாவிவிட்டு வரலாம் என்று உற்சாகத்துடன் அறைக்குச் கிளம்பினார். அப்போது, ஃபின்லாந்தில் பனி பொழிந்து கொண்டிருந்தது. ஜோசப் தனது மேல்கோட்டை அணிந்து கொண்டு டேமர்ஃபோர்ஸ் வீதியில் இறங்கி நடந்தார்.

தெருவின் ஒரு திருப்பத்தில் ஜோசப், லெனினைக் கண்டு கொண்டார். கோட், மேல் அங்கி, தொப்பி என்று உடல் முழுவதும் மறைந்திருந்தாலும், அவர் லெனின்தான் என்று ஜோசப்புக்கு தெரிந்துவிட்டது.

விரைவாக நடந்து, லெனினை நெருங்கினார் ஜோசப்.

'ஆ! நீங்களா, வாருங்கள்' என்றார் லெனின்.

பிறகு, இருவரும் ஒன்றாக நடக்க ஆரம்பித்தனர். லெனின் அதிகம் பேசவில்லை. லெனினிடம் என்ன பேசுவது என்று ஜோசப்புக்குத் தெரியவில்லை. அவருடன் நடந்து போகும் போதுதான் தெரிந்தது. லெனினைவிட நான் உயரமாக இருக் கிறேன். இந்த நினைப்பே ஜோசப்பை சங்கடப்படுத்தியது.

அறைக்கு திரும்பி, பல மணி நேரங்களுக்குப் பிறகும் நடுங்கிக் கொண்டிருந்தார் ஜோசப்.

அடுத்த நாள், லெனினே ஜோசப்பைத் தேடி அவரது அறைக்கு வந்தார்.

'கொஞ்சம் நடக்கலாம், வாருங்களேன்.'

ஒரு வார்த்தையும் பேசாமல் அப்படியே கிளம்பிவிட்டார் ஜோசப்.

இந்த முறை லெனின் நிறைய பேசினார். ரஷ்யாவின் எதிர்காலம் பற்றி. கட்சி நடவடிக்கைகள் பற்றி. மென்ஷ்விக்குகள் நடத்தி வரும் தாக்குதல் பற்றி. ஜார் பற்றி. எல்லாவற்றுக்கும் மேலாக, தனது கனவுகளைப் பற்றி விலாவரியாகப் பேசினார் லெனின்.

மாநாடு முடிந்தது. ஃபின்லாந்தை விட்டு வெளியேறி பீட்டர்ஸ் பெர்கை நோக்கிப் பயணிக்க ஆரம்பித்தார்கள். லெனின், ஜோசப்பை அழைத்தார்.

'ஒன்று சொல்ல மறந்துவிட்டேன். உங்களுடைய கட்டுரைகளை நான் வாசித்துக் கொண்டிருக்கிறேன். ஒரே ஒரு திருத்தம் மட்டும் செய்தால் நன்றாக இருக்கும் என்று தோன்றுகிறது.'

'என்ன, சொல்லுங்கள்?'

'உங்களுடைய பெயரை எப்படி எழுதுகிறீர்கள்?'

'ஜோசப் இவனோவிச்.'

லெனின் புன்னகை செய்தார்.

'உங்கள் எழுத்திலுள்ள வலிமையை வெளிப்படுத்தக்கூடிய பெயராக அது இல்லை.'

சொல்லிவிட்டு, ஏதோ யோசனையில் ஆழ்ந்து போனார் லெனின். சிறிது நேரம் கழித்து, திடீரென்று திரும்பினார்.

'உங்களை ஏன் 'ஸ்டாலின்' என்று அழைக்கக் கூடாது? ஸ்டாலின், இரும்பு மனிதர். இந்தப் பெயர் உங்களுக்குச் சரியாக இருக்கும் என்று நினைக்கிறேன்.'

7. ஆடு புலி ஆட்டம்

கெட்ட கனவா அல்லது தீவிர மனக் குழப்பத்தின் விளைவா என்று தெரியவில்லை. திடீரென்று ஜாருக்கு ஒரு சந்தேகம். பாழாய்ப் போன இந்தத் தொழிலாளர்கள் அரசியல் ரீதியாக பலம் பெற்று ஆட்சி, அதிகாரம் என்று வர மாட்டார்கள் என்று என்ன நிச்சயம்?

அலறியடித்துக்கொண்டு படுக்கையை விட்டு எழுந்தார். முதலில் இந்தப் புரட்சியாளர்களை அப்புறப்படுத்த வேண்டும். என்றைக்கு இருந்தாலும் இவர்களால் பிரச்னைதான். சும்மா கிடக்கும் தொழிலாளர்களைத் தூண்டிவிட்டு போராட்டம், கலகம் என்று பற்ற வைத்துவிட்டு, எங்கோ சென்று ஒளிந்து கொள்கிறார்கள். விஷ வித்துக்கள். சுவடே இல்லாமல் அழித்தொழிக்கும் வரை தூக்கம் வராது.

1906 முதல் 1912 வரை ரஷ்யாவில் இதுதான் நடந்தது. சந்து பொந்தெல்லாம் உளவாளிகள் ஊடுருவினார்கள். தொழிலாளர்கள் எங்கெல்லாம் கூடுகிறார்களோ, அங்கெல்லாம் இவர்களும் கூடினார்கள். மக்களோடு மக்களாகச் சேர்ந்து நின்றுகொண்டார்கள். ஜார் மன்னருக்கு எதிராக யார் யார் என்னென்ன பேசுகிறார்கள்? எவ்வளவு ஆக்ரோஷமாக?

எவ்வளவு சத்தமாக? பெயர், அங்க அடையாளங்களோடு குறித்து வைத்துக் கொண்டார்கள்.

புரட்சியாளர்களைத் தேடிப் பிடித்து சீவித் தள்ளவே ஒரு தனிப் படை உருவாக்கப்பட்டது. மேற்பார்வைக்கு ஒரு ஆள். ஸ்டோலிபின். ஜார் அரசவை அமைச்சர். ஜார் பக்தி உள்ள சிறந்த ஊழியன். இவனுடைய வேலை சுலபமானது. வீரர்களும் உளவாளிகளும் கண்டுபிடித்து கொண்டுவரும் புரட்சியாளர் களைத் தூக்கில் ஏற்றவேண்டும். சித்ரவதை மட்டும் போதும் என்று தோன்றினால் சித்ரவதை. சம்பந்தப்பட்டவர் புரட்சியாளர் தானா என்று மண்டையை உடைத்துக் கொள்ள வேண்டிய தில்லை. சிறு சந்தேகமே கூட போதுமானதுதான்.

சைபீரியாவில் உள்ள ஒரு பகுதி, லீனா தங்க வயல். இங்கிலாந்து முதலாளிகள் மடக்கிப் போட்டிருந்த பிராந்தியம். ரஷ்ய முதலாளிகளுக்கும் இதில் பங்கு உண்டு. ஆண்டுக்கு குறைந்தது எழுபது லட்சம் ரூபிள் லாபம் கிடைக்கும். கொழிக்கும் வியாபாரம். ஆனால், இங்கு பணியாற்றும் வேலையாட்கள் அடிமைகள் போலத்தான் நடத்தப்பட்டனர். நாற்றமடிக்கும் உணவு. மிக மிகக் குறைவான சம்பளம். நாள் தவறாமல் அவமதிப்பு.

ரஷ்யா எங்கும் வேலைநிறுத்தப் போராட்டம் நடந்து கொண் டிருக்கிறதே, நாமும் முயன்று பார்த்தால் என்ன? தவிரவும், இந்த போல்ஷ்விக்குகள் மூலைக்கு மூலை பிரசாரம் செய்து கொண்டிருக்கிறார்கள். தைரியம் அளித்துக் கொண்டிருக்கி றார்கள். போராடு, போராடு என்று கூவிக் கொண்டிருக்கிறார்கள். முயன்று பார்க்கலாமா? தங்க வயல் பணியாளர்கள் போராட்டத் தில் குதித்தனர்.

நியாயமான போராட்டம்தான். முதலாளிகள் இதை எப்படி எதிர்கொண்டிருக்க வேண்டும்? கூப்பிட்டுப் பேசியிருக்கலாம். அல்லது தர மாட்டோம் என்று அழிச்சாட்டியமாக சொல்லி யிருக்கலாம். இரண்டையும் செய்யவில்லை அவர்கள். துப்பாக்கியைத் தூக்கி வைத்துக் கொண்டு சுட ஆரம்பித்தார்கள். இது நடந்தது 1912, ஏப்ரல் 4-ம் தேதி.

சைபீரியாவில் என்னவோ போராட்டம் அடங்கிவிட்டது உண்மை. எதிர்த்தவர்கள் அத்தனைப் பேரும் சுருண்டு விழுந்து

செத்துப் போனது உண்மை. ஆனால், சைபீரியாவிலிருந்து தாவிச் சென்ற நெருப்புத் துண்டுகள் மாஸ்கோவிலும் பீட்டர்ஸ்பர்க் கிலும் பிற நகரங்களிலும் சிதறி விழுந்தன. ஒவ்வொரு துண்டும் தலா ஒரு லட்சம் தொழிலாளர்களைப் போராட்டத்துக்கு இழுத்து வந்தது. நான்கு லட்சத்துக்கும் அதிகமானோர் ஒன்று கூடினர். ஆர்ப்பாட்டம். 'தொழிலாளர்களைச் சுரண்டும் முதலாளித்துவம் ஒழிக. முதலாளிகள் ஒழிக.'

லெனின் உன்னிப்பாகக் கவனித்துக் கொண்டிருந்தார்.

மீண்டும் ஒரு புரட்சி அலை. இந்த முறை சற்று தீவிரமாகவே அடிக்கிறது. உபரியாக அல்ல, ஒற்றுமையாக ஒன்று கூடினால் தான் எதிர்ப்பு பலம் பெறும் என்பது தொழிலாளர்களுக்குப் புரிந்துவிட்டது. என் குடும்பம், என் வீடு, என் சம்பளம் என்று குதுகலமாக யோசிக்காமல் வீட்டைப் பூட்டிக் கொண்டு தெரு வில் இறங்குகிறார்கள். கோஷம் போடுகிறார்கள். தொண்டை கிழிய கத்துகிறார்கள். முஷ்டியை உயர்த்தி, ஜாரை எச்சரிக்கி றார்கள். மகத்தான மாற்றம் இது.

பக்கத்து வீடு அல்ல, பக்கத்து நகரத்தில் ஒருவர் பாதிக்கப் பட்டால் கூட, உணர்வு ரீதியாக இங்குள்ளவர்கள் ஒன்று கூடுகி றார்கள். லெனின் உற்சாகமடைந்தார். இதுதான். நான் எதிர் பார்த்தது இதைத்தான்.

தொழிலாளர்கள் ஓர் அணியாகத் திரண்டு நிற்கிறார்கள். முதல் முறையாக.

•

1912-ம் ஆண்டு சுமார் ஏழரை லட்சம் பேர் வேலைநிறுத்தத்தில் பங்கெடுத்தனர். 1914-ம் ஆண்டு 15 லட்சம் பேர் திரண்டனர். அதுவும் ஆறே மாதங்களில். இதற்கு ஒரு முக்கியக் காரணம் பிராவ்தா (Pravda). 1912-ம் ஆண்டு மே மாதம் போல்ஷ்விக் கட்சி ஏடாக பிராவ்தா (Pravda) வெளிவந்தது.

ஜாருக்கு பத்திரிகைகள் வேறு, பாம்புகள் வேறு அல்ல. இஸ்க்ரா சீறி வந்தபோது அலறினார். மென்ஷ்விக்குகள் கையில் அது போனபோது கொஞ்சம் நிம்மதி கிடைத்தது. இப்போது பிராவ்தா.

பத்திரிகையை ஒழித்துக் கட்டுங்கள் என்று கட்டளையிட்டார் ஜார். போல்ஷ்விக்குகள் ரகசியமாகத்தான் இயங்கினார்கள் என்றாலும், தொடர்ந்து பல அச்சுறுத்தல்களை, அரசாங்க கெடுபிடிகளைச் சந்திக்க வேண்டியிருந்தது. அச்சு இயந்திரங்கள் பல முறை பறிமுதல் செய்யப்பட்டன. அப்போதுதான் பத்திரிகை அச்சிலிருந்து சுடச்சுட வந்து இறங்கியிருக்கும். விநியோகத்துக்கு எடுத்துச் செல்ல ஆள்கள் தயாராக இருப் பார்கள். திடீரென்று காவல் துறையினர் எங்கிருந்தோ தாவி வந்து, ஆள்களை கைது செய்வார்கள். அடி. உதை. ரணம். பத்திரிகைகள் கொளுத்தப்படும்.

இரண்டரை ஆண்டுகளில் எட்டு முறை பிராவ்தா ஒடுக்கப் பட்டது. ஆனால் அந்த எட்டு முறையும் அது வெவ்வேறு பெயர் களில் வெளிவந்தது. இஸ்க்ரா விட்டுச் சென்ற புள்ளியிலிருந்து பிராவ்தா தனது பயணத்தைத் தொடங்கியது. கூர்மையான தலையங்கம். அனல் பறக்கும் கட்டுரைகள். வா வா என்று போராட்டத்தில் குதிக்கத் தூண்டும் எழுத்துகள். பக்கங்களை வெறுமனே திருப்பினால் கூட கை விரல்களில் தீ பற்றிக் கொள்ளும். அத்தனை தீவிரம். அத்தனை உக்கிரம்.

லெனின், தீர்மானமான முடிவுக்கு வந்து சேர்ந்திருந்தார். ரஷ்யா வின் எதிர்காலத்தை மாற்றியமைக்க வேண்டிய தருணம் நெருங்கிவிட்டது. அதற்கான ஆயத்தப்பணிகளை அவர் தொடங்கிய அதே சமயம், முதல் உலகப் போர் வெடித்தது.

●

ரஷ்யா, பிரிட்டன், பிரான்ஸ். இந்த மூன்று நாடுகள் ஒரு பக்கம் (Triple Entente). மற்றொருபுறம், ஜெர்மனி, ஆஸ்திரியா, ஹங்கேரி மற்றும் இத்தாலி. யுத்தம் ஆரம்பித்த சிறிது நேரத்துக்கெல்லாம் இத்தாலி ரஷ்ய அணியில் சேர்ந்து கொண்டது. பதிலுக்கு, பல்கேரியாவும், துருக்கியும் ஜெர்மன் அணியை ஆதரித்தன. பின்னர் அமெரிக்காவும், ஜப்பானும் கூட இந்த யுத்தத்தில் சேர்ந்து கொண்டன.

பிரிட்டன், பிரான்ஸ் இரண்டு நாடுகளுடன் ரஷ்யா ஒட்டிக் கொண்டது ஏன்? பல காரணங்கள். பிரான்ஸ் பசையுள்ள நாடு. ரஷ்யாவில் உள்ள தொழிற்சாலைகளை எடுத்துக் கொண்டால் பெரும்பாலானவை பிரெஞ்சு முதலாளிகளுக்குச் சொந்த மானவை. குறிப்பாக, உலோகம் தொடர்பானவை.

அதே போல்தான் எண்ணெய்க் கிணறுகளும். ரஷ்யாவுக்குச் சொந்தமான எண்ணெய்க் கிணறுகளை பார்ப்பது வெகு அபூர்வம். ஒன்று அவை பிரான்ஸ் நாட்டைச் சேர்ந்தவையாக இருக்கும். அல்லது பிரிட்டன். மொத்தத்தில், பிரான்ஸ், பிரிட்டன் இரண்டு நாடுகளுக்கும் ரஷ்யா ஒரு பொன் முட்டையிடும் வாத்து.

அந்த வாத்து, வேறு யாருமல்ல, ஜார்தான். அரசாங்கம் அல்ல, அந்தப்புரம்தான் அவருக்கு முக்கியம். இந்த லட்சணத்தில், தொழில், உலோகம், எண்ணெய்க் கிணறு என்று பார்த்துக் கொண்டிருக்க முடியுமா? கூப்பிடு பிரிட்டனை. கூப்பிடு பிரான்ஸை. எண்ணெய், புண்ணாக்கு எது வேண்டுமானாலும் அள்ளிக் கொள். எனக்கு வந்து சேரவேண்டிய லாபத்தைக் கொடுத்துவிடு, போதும். நீயும் நன்றாக இரு. நானும் நன்றாக இருக்கிறேன்.

சோம்பேறித்தனம். வேறொன்றுமில்லை. தவிரவும், பிரான்ஸ், பிரிட்டன் இரு நாடுகளிடமிருந்தும் கோடிக்கணக்கான பணத்தைக் கடனாக வாங்கியிருந்தார் ஜார். அடடா, கேட்கும் போதெல்லாம் கொடுக்கிறார்களே, இவர்கள்தான் உலக உத்தமர்கள் என்று நினைத்துக் கொண்டார் ஜார்.

உண்மையில், பிரான்ஸூம் பிரிட்டனும் சேர்ந்து, ஜாரின் தலையில் மிளகாய் அரைத்துக் கொண்டிருந்தன. ரஷ்யாவை அரை அடிமை நாடாக மாற்றி அமைத்திருந்தன. அதனால்தான், போர் என்றதும், நாய்க்குட்டி போல் தனது முதலாளிகளின் பின்னால் ஒளிந்து கொண்டார் ஜார்.

சரி, இந்தப் போர் எதற்காக? போரிடும் நாடுகளுக்கிடையே ஏதாவது பூர்வ ஜென்ம விரோதமா? ஒரு வெங்காயமும் கிடையாது. உற்பத்தியாகும் பொருள்களைக் குவிக்க புதிய சந்தைகளைத் தேடவேண்டும். பிற நாட்டின் வளங்களைக் கொள்ளையடிக்க வேண்டும். புதிய காலனிகளை உருவாக்கிக் கொள்ள வேண்டும். போர் வெடித்தற்கான காரணங்கள் இவை தான். இவை மட்டும்தான்.

பிரிட்டன், பிரான்ஸ் ஆகிய நாடுகளின் காலனிகளை கைப்பற்றிக் கொள்ள வேண்டும் என்னும் கனவு ஜெர்மனிக்கு. தவிரவும், ரஷ்யாவிடமிருந்து உக்ரைன், போலந்து மற்றும் பால்டிக் பிரதேசங்களை அபகரிக்க வேண்டும்.

பிரிட்டன் போரில் குதித்ததற்கு காரணம், ஜெர்மனி. தொழில் ரீதியாக ஜெர்மனி முன்னேறிக் கொண்டிருப்பதை பிரிட்டனால் சகித்துக் கொள்ள முடியவில்லை. வல்லரசாக ஒன்றோ அல்லது இரண்டு நாடுகளோ இருந்தால்தான் மரியாதை. ஆளாளுக்கு வல்லரசாகிவிட்டால் என்னத்துக்கு ஆகும்? ஆகவே, போர்.

அதே போல், பிரான்ஸுக்கும் ஒரு கனவு இருந்தது. ஜெர்மனி யிடமிருந்து சில பிரதேசங்களை அபகரிக்க வேண்டும்.

ஜார் சும்மா இருப்பாரா?

'உலக மக்களே, எனக்குப் பெரிதாக ஆசை என்று எதுவும் இல்லை. ரஷ்யாவை நிர்வகிப்பதற்குள் போதும், போதும் என்றாகிவிடுகிறது. இருந்தாலும், எல்லோரும் போரில் குதித்த பிறகு, நான் மட்டும் சும்மா இருக்க முடியுமா? சரித்திரம் என்னைக் கிண்டல் செய்யாதா?

பெரிதாக எனக்கு எந்த எதிர்பார்ப்பும் இல்லை. கொஞ்சம் துருக்கி. பிறகு, கான்ஸ்டாண்டிநோபிள் (தற்போது இஸ்தான் புல்) பிறகு, கருங்கடலையும் மத்திய தரைக்கடலையும் இணைக்கும் ஒரு பகுதி இருக்கிறதல்லவா? அதன் பெயர் என்ன? நேற்றுதானே சொன்னார்கள். ஆங், டார்டெலென்ஸ் நீர் இணைப்புப் பகுதி. இவை போதும். ஆஸ்திரியா-ஹங்கேரியின் பிடியில் இருக்கும் கலிஸியாவைக் கொடுத்தால் மகிழ்ச்சி அடைவேன். இல்லாவிட்டாலும் பரவாயில்லை.'

1914, ஆகஸ்ட் முதல் தேதி ரஷ்யா, ஜெர்மனி மீது போர் தொடுத்தது. பிறகு, ஒவ்வொரு நாடாகக், களத்தில் இறங்கியது. உலகையே அச்சத்துடன் திரும்பிப் பார்க்க வைத்த மகா யுத்தம் பீரங்கி முழக்கத்துடன் தொடங்கியது.

ரஷ்யா, போரில் குதித்ததைப் பெரும் முதலாளிகளும், பண்ணை யாளர்களும் ஆரவாரமாக ஆதரித்தனர். அவர்களைப் பொறுத்த வரை, போர் என்பது சூதாட்டம். காளைகளை ஓடவிட்டு அடக்கும் திருவிழா. சுவாரஸ்யமான ஒரு வேட்டை. வெற்றி பெற்றால் வேட்டையாடப்பட்ட பொருள் கிடைக்கும். பகிர்ந்து கொள்ளலாம்.

ரஷ்யா வெற்றி பெற்றால் ஜார் வெற்றி பெற்றது போல. ஜார் வெற்றி பெற்றால், நாம் அனைவரும் வெற்றி பெற்றது போல.

புதிய நிலப் பிரதேசங்கள் கிடைக்கும். புதிய வளங்கள் கிடைக்கும். பெரும் லாபம் கிடைக்கும். ஜார் குதிரை ஜெயிக்க வேண்டும். அவ்வளவுதான்.

முதல் உலகப் போரை வெளிப்படையாகக் கண்டித்த ஒரே கட்சி போல்ஷ்விக் கட்சி. ஒரே தலைவர் லெனின்.

ரஷ்யா, போரில் குதித்ததை கடுமையாக எதிர்த்த லெனின், மக்களிடம் தீவிரமாகப் பிரசாரம் செய்தனர். போர்ச் சூழலை விரிவாகவும் விரைவாகவும் ஆராய்ந்த லெனின், ஓர் அருமையான திட்டத்தையும் முன்வைத்தார்.

'ரஷ்ய மக்களே, இது முழுக்க முழுக்க ஏகாதிபத்தியவாதிகளால் நடத்தப்படும் போர். மக்களாகிய நமக்கும் இதற்கும் ஒரு தொடர் பும் இல்லை. என்றாலும், பாதிப்பு என்னவோ நமக்குத்தான். ஒரு போரை நடத்துவது என்றால் சும்மாவா? அதுவும் இன்றைய சூழலில் அதி நவீன ஆயுதங்கள் இருந்தால் மட்டுமே போரிட முடியும்.

அப்படியானால், ஆயுதங்கள் வாங்க ஜாருக்கு ஏது இவ்வளவுப் பணம்? தனது கோட் பாக்கெட்டிலிருந்தா அவர் எடுத்துத் தருகிறார்? இல்லையே. கஜானாவை காலி செய்கிறார். மக்களிடமிருந்து வலுக்கட்டாயமாகப் பிடுங்கப்படும் வரிப் பணத்திலிருந்து இந்தப் போரைத் தொடுக்கிறார். யுத்தத்துக்காக நிறைய கடன் வாங்குகிறார்.

இந்தப் போரை நம்மால் நிறுத்த முடியாது. அதற்கான அதிகாரம் நம்மிடம் இல்லை. ஆனால், இந்தப் போரை நம்மால் நமக்குச் சாதகமாக திருப்பிக் கொள்ள முடியும். எந்தப் போரைக் கொண்டு ஜார் ரஷ்யாவை கடனாளியாக்குகிறாரோ, அதே போரைக் கொண்டு அவரை நாம் அகற்ற வேண்டும்.

ஆம். நாம் செயல்பட வேண்டிய தருணம் இது. ஏகாதிபத்திய அரசுக்கு எதிராக அணி திரள்வோம். தொழிலாளர்கள், விவசாயி கள், இளைஞர்கள், முதியோர், ஆண்கள், பெண்கள் அத்தனைப் பேரும் இந்தப் போராட்டத்தில் கலந்து கொள்ள வேண்டும், உடனே.

ஜார், பிற நாடுகளுடன் போரில் ஈடுபட்டிருக்கும் அதே சமயம் நாம் உள்நாட்டில் போர் தொடுக்க வேண்டும்.

ஜார் தொடுக்கும் போர் நியாயமற்ற போர். நாடு பிடிக்கும் ஆசையில் தொடுக்கப்பட்ட போர். நாம் தொடுக்கும் போர், சமூக நீதியைக் காக்கும் போர். இது நமக்கான போர். உங்களுக்கான போர்.'

ஜூலை 25-ம் தேதி லெனின் கைது செய்யப்பட்டார். ஒரு விசித்திரமான குற்றச்சாட்டு அவர் மீது முன்வைக்கப்பட்டது. லெனின் ஓர் ஒற்றர். ரஷ்யாவின் ரகசியங்களை கடத்திச் சென்று விற்பவர். போர் நடைபெறும் சூழலில் ரஷ்ய ராணுவ ரகசியங்கள் பலவற்றை அவர் பணத்துக்கு ஆசைப்பட்டு விற்றுவிட்டார். அசட்டுத்தனமான குற்றச்சாட்டு. சிரித்துக் கொள்ள மட்டுமே முடிந்தது லெனினால்.

அடுத்தடுத்த தினங்களில் ஜார் அரசாங்கத்தின் ஒரு முக்கிய குற்றவாளியாக லெனின் மாறிப் போனார். போருக்காக ராணுவத்தை ஒதுக்கியதைப் போலவே லெனினைத் தேடிப் பிடிப்பதற்கும், வாயைத் திறக்கும் போதெல்லாம் அவரைப் பிடித்து வந்து சிறையில் தள்ளுவதற்கும் ஒரு தனிப்படை உருவாக்கப்பட்டது. கண் கொத்திப் பாம்பாக லெனினை கண்காணிப்பது மட்டுமே அவர்களுடைய பணி.

முதல் உலகப் போர் உக்கிரமாக நடந்து கொண்டிருந்த போதெல் லாம் லெனின் நகரம் விட்டு நகரம், நாடு விட்டு நாடு பறந்து கொண்டே இருந்தார். எப்போது எங்கே இருக்கிறார் என்னும் தகவல், ஸ்டாலின் போன்ற சில முக்கிய போல்ஷ்விக் தலைவர்களுக்கு மட்டுமே தெரியும்.

ஃபின்லாந்தில் இருந்தால் என்ன? ஜெனிவாவில் இருந்தால் என்ன? லெனின் யோசித்துக் கொண்டிருந்தது, ரஷ்யாவைப் பற்றி. ரஷ்யாவைப் பற்றி மட்டுமே.

●

ஆ! இதென்ன புதிய தலைவலி. ஜார் சலித்துக் கொண்டார். ஒரு வேலையை நிம்மதியாகச் செய்ய முடியவில்லையே. போர் முனையில் நின்று கொண்டிருக்கும் இந்த நேரத்தில் கூடவா உள்நாட்டில் கலவரங்கள் வெடிக்க வேண்டும்? போல்ஷ்விக் கட்சி, உண்மையிலேயே ஒரு பொல்லாத கட்சி. ஆகட்டும், கவனித்துக் கொள்கிறேன்.

அடுத்தடுத்த தினங்களில் கட்சி அலுவலகங்கள் சோதனையிடப் பட்டன. புரட்சிகரப் பத்திரிகைகளுக்குத் தடை. கட்சி ஆதரவாளர்களை, தொண்டர்களை அடித்து உதைத்து உள்ளே தள்ளினார்கள். போர் பற்றியோ, ஜார் பற்றியோ திறந்தவெளியில் பேசுபவர்கள், விவாதிப்பவர்கள் சிறையில் அடைக்கப்பட்டனர்.

அதே சமயம், போர் முனையில் ரஷ்யா கடும் தோல்வியைச் சந்தித்தது. ரஷ்ய துருப்புகளுக்கு பலத்த சேதம். தவிரவும், வீரர் களுக்கு தேவையான வசதிகள் எதையுமே ஜார் அளிக்கவில்லை. உணவு இல்லை. மருந்து, மாத்திரைகள் இல்லை. கடும் குளிரைத் தாங்கக்கூடிய கம்பளி ஆடைகள் இல்லை.

இந்தத் தருணத்தை மிகச் சரியாக பயன்படுத்திக் கொண்ட போல்ஷ்விக் கட்சி, தனது பிரசாரத்தை அடுத்தக் கட்டத்துக்குக் கொண்டு சென்றது. புரட்சிகரக் குழுவில் இணைந்துக் கொள்ள கப்பல் படையினரையும் ராணுவத்தினரையும் அவர்கள் வரவேற்றனர்.

மிக மிக ஆபத்தான பாய்ச்சல் இது. வீரர்கள் சோர்ந்து துவண்டு போயிருப்பார்கள் என்று லெனினுக்குத் தெரியும். அதனால்தான் தைரியமாக அவர்களை அணுகினார். தேவையற்ற இந்தப் போருக்காக இத்தனைப் பேர் அநியாயமாக உயிர் இழக்க வேண்டுமா? யோசித்துப் பாருங்கள். யாருக்காக போரிடுகி றீர்கள்? இதனால் உங்களுக்கு ஒரு பைசா உபயோகம் இருக் கிறதா?

இல்லை என்று அவர்களுக்குப் புரிந்தது. துப்பாக்கியை தரையில் சாய்த்து வைத்துவிட்டு, கொஞ்ச நேரம் உலாத்தி விட்டு வருகிறேன் என்று சொல்லி விட்டு, போயே போய்விட்டார்கள்.

எஞ்சியிருந்தவர்கள், ஜார் அளிக்கும் உத்தரவுகளை உதாசீனம் செய்ய ஆரம்பித்தார்கள். ‘அதோ ஜெர்மானியக் கப்பல், தகர்த்து எறியுங்கள், சீக்கிரம் சீக்கிரம்’ என்று ராணுவ ஜெனரல் கத்தினால், மெதுவாக எழுந்து தொப்பியைச் சரிசெய்தபடி, ‘எங்கே கப்பல், தெரியவில்லையே’ என்று சொல்லிவிட்டு, உட்கார்ந்துவிட்டார்கள். டாங்கிகள் மீது ஏறி உட்கார்ந்து, கவிதை எழுதினார்கள். அல்லது காதலிக்குக் கடிதங்கள். அல்லது சொல் விளையாட்டு.

ஜார் ஆட்சியின் சரிவுப் புள்ளி இதுதான்.

ஜார் அரசு சரிந்து கொண்டிருந்த அதே சமயம், ரஷ்யாவும் வேக வேகமாகச் சரிந்து கொண்டிருந்தது. தொழிற்சாலைகள், காற்று வாங்கிக் கொண்டிருந்தன. உற்பத்தி இல்லை. விளைச்சல் இல்லை. உணவுப் பொருள்கள் இல்லை. வறுமையில் வாடிக் கொண்டிருந்த பல லட்சக்கணக்கான இளைஞர்கள் கட்டாய ராணுவப் பணிக்காக போர் முனைக்கு அழைத்துச் செல்லப் பட்டனர்.

முதலாளித்துவம், ஏகாதிபத்தியமாக மாறுவது எப்படி என்பதை லெனின் மிகத் தெளிவாகச் சுட்டிக் காட்டினார். ஏகாதிபத்தியம் என்னும் பதம் பிரபலமடைந்தது அப்போதுதான்.

லாபம், லாபம், லாபம். லாபத்தைத் தவிர முதலாளிகளுக்கு வேறெந்த நோக்கமும் இருக்காது. நாடு பிடிக்கும் ஆசைதான் ஏகாதிபத்தியம். மனித உடம்பின் ரத்தத்தை உறிஞ்சும் அட்டையைப் போன்றது இது. முதலாளிகள் தங்களுக்குள் அடித்துக் கொள்வதன் காரணம், முதலாளித்துவ வளர்ச்சி ஓரிடத்துக்கு ஓரிடம் மாறுபடுவதுதான்.

உலகப் போரை ரஷ்யத் தொழிலாளர்கள், அதன் சரியான அர்த்தத்தில் புரிந்து கொண்டனர்.

ஜாருக்கு எதிராக மாபெரும் சக்தி திரண்டு கொண்டிருந்தது.

லெனின் தீவிரமாகப் பிரசாரம் செய்தார். 'தொழிலாளர்களே, ஒன்று சேருங்கள். போர் முனையில் ஜார் பலவீனமடைந்திருக்கும் இந்தச் சந்தர்ப்பத்தை நாம் பயன்படுத்திக் கொள்ள வேண்டும். ஜார் அரசாங்கத்தை வீழ்த்திவிட்டு, கம்பீரமாக எழுந்து நிற்க வேண்டும்.'

மக்களுக்கும் அதுதான் ஆசை. ஆனால், பொருளாதாரம் ஒத்துழைக்கவில்லை. ஏற்கெனவே மோசமான நிலைமை. இப்போது போர் வேறு. இயங்கிக் கொண்டிருந்த ஒன்றிரண்டு தொழிற்சாலைகளையும் இழுத்து மூடிவிட்டார்கள். ஒரு குடும்பத்துக்கு ஒரு நாளைக்கு ஒரு துண்டு ரொட்டி கூட கிடைக்கவில்லை.

போர் முனையில் ரஷ்யாவுக்குத் தோல்வி மேல் தோல்வி. ஜெர்மன் படை, போலந்தையும், பால்டிக் பகுதியில் சில இடங்களையும் கைப்பற்றியது. பிரிட்டன் மற்றும் பிரெஞ்சு

அரசாங்கங்கள் ஜார் மன்னனைக் குறித்து ஐயம் கொண்டன. ரஷ்யா எப்போது வேண்டுமானாலும் ஜெர்மனியுடன் உடன்படிக்கை செய்துகொள்ளலாம் என்று சந்தேகித்தன. ஜார், ஓர் உலக மகா சோம்பேறி என்று அவர்களுக்குத் தெரியும்.

போர்முனையில் தொடர் தோல்விகள். உள் நாட்டில் பொருளா தாரச் சரிவு.

கிளர்ச்சிக்காரர்களின் எண்ணிக்கை நாளுக்கு நாள் அதிகரித்துக் கொண்டே போனது.

ஜார் ஆட்சி, தனது இறுதி கட்டத்தை நோக்கி வேகமாக முன் னேறிக் கொண்டிருந்தது.

8. அக்டோபர் புரட்சி

ஜனவரி 1917. பெட்ரோகிராட், மாஸ்கோ, பாகு உள்ளிட்ட முக்கிய நகரங்களில் மாபெரும் வேலை நிறுத்தப் போராட்டங்கள் தொடங்கப்பட்டன. பெட்ரோகிராட்டில் தொழிலாளர்களுடன் கை கோத்து ராணுவத்தினரும் அணி திரண்டனர். எல்லா போராட்டங்களையும் ஒன்றிணைத்து, தலைமை தாங்கி நடத்தியது போல்ஷ்விக் கட்சி.

போராடும் தொழிலாளர்களுக்கு ஆதரவாகப் பெண்கள் கும்பல் கும்பலாக தெருவில் இறங்கி, கோஷங்கள் எழுப்ப ஆரம்பித்தனர்.

ஒட்டுமொத்த உழைக்கும் மக்களும் போராட்டத்தில் குதித்தனர். ஜாரின் குளிர்கால அரண்மனை வெடித்துச் சிதறும் அளவுக்கு கோஷங்கள் எழுந்தன.

'ஜார் ஒழிக!'

தம் வாழ்நாளில் இப்படி ஒரு பலமான கோஷத்தை ஜார் கேட்டதில்லை. போர்முனையில் இழப்பு. உள்நாட்டில் பிரச்னை. அவமானம்.

எரிச்சலுடன் கட்டளையிட்டார்.

‘அத்தனை பேரையும் அடித்து நொறுக்குங்கள்.’

மார்ச் 11-ம் தேதி, ஆயுத எழுச்சி வெடித்தது. எதிரி தேசங்களுடன் எப்படிப் போரிட்டார்களோ அதைவிடத் தீவிரமாக, அதைவிட உக்கிரமாக ரஷ்யர்களுடன் போரிட ஆரம்பித்தது ராணுவம்.

மிரட்டினார்கள். தாக்கினார்கள். துப்பாக்கிச் சூடு நடத்தினார்கள். ஆனால் கூட்டம் கலையவேயில்லை. மாறாக, வலுவடைந்து கொண்டிருந்தன. என்னதான் செய்வது இவர்களை?

‘தயவுதாட்சண்யம் பார்க்காமல் சுட்டுத் தள்ளுங்கள். துப்பாக்கியில் ரவை இருக்கும் வரை சுடுங்கள்’ என்றார் ஜார்.

ஆனால் இந்தக் காட்டுமிராண்டித்தனமான உத்தரவை நிறைவேற்ற ராணுவத்தால் இயலவில்லை. சலித்துவிட்டது. வெறுப்பின் உச்சக் கட்டத்தில் இருந்தார்கள் அவர்கள். எல்லையில் நடக்கும் போர், உள்நாட்டில் நடக்கும் போர். இரண்டுமே நியாயமற்றவை. இரண்டுமே மனிதத்தன்மையற்றவை. சுயநலம் கொண்டவை.

மறுபக்கம் லெனின். அவரது சுண்டி இழுக்கும் அறைகூவல். அப்படி என்னதான் சொல்கிறார் அவர்? சத்தியத்துக்காகப் போராடச் சொல்கிறார். அப்பாவி தொழிலாளர்களுக்கு ஆதரவாகத் தோள் கொடுக்கச் சொல்கிறார். அடக்குமுறை வேண்டாம் என்கிறார். சுதந்தரம். சமதர்மம். சகோதரத்துவம். சோஷலிசம். இவை போதும் என்கிறார்.

ஆக, சரியான தலைவர் யார்? ஜாரா? லெனினா?

ஜாருக்கு விசுவாசமாக இருந்த சிறிய ராணுவப் படை, சீருடையையும் தொப்பியையும் பளபளக்கும் நட்சத்திரங்களையும் கழட்டி எறிந்து விட்டு, மக்களுடன் ஒன்று சேர்ந்தன.

ஒட்டுமொத்த ரஷ்யாவும் தெருவில் இறங்கிப் போராடியது.

‘ஜார் ஒழிக!’

ரஷ்யா கொந்தளித்துக் கொண்டிருந்தது.

ஸ்டாலின் உள்ளிட்ட முக்கிய போல்ஷ்விக் தலைவர்கள் சிறையில் இருந்தனர். லெனின் சுவிட்ஸர்லாந்தில்.

மென்ஷ்விக்குகள் இந்த வாய்ப்பைத் தங்களுக்குச் சாதகமாகப் பயன்படுத்திக்கொண்டனர். பிற புரட்சிகர இயக்கங்களுடன் இணைந்து சோவியத்தைக் கைப்பற்றினர். இத்தோடு நிறுத்தி யிருந்தாலும் பரவாயில்லை. நல்ல பிள்ளையாக அதிகாரத்தை ஜார் சுட்டிக் காட்டிய இளவரசரிடம் (லிவோவ்) ஒப்படைத் தனர். பின்னணியில், ரகசிய ஒப்பந்தம்.

மொத்தத்தில், ஜார் ஆட்சி கவிழ்ந்துவிட்டது. ஆனால் பெயர் அளவில்.

சிறையிலிருந்து வெளியில் வந்த ஸ்டாலின் நிலைமையை ஆராய்ந்தார்.

கொடுங்கோல் ஆட்சி அகற்றப்பட்டதற்கான சுவடே இல்லை. புதிய தாற்காலிக அரசு உருப்படியாக எதையும் செய்யவில்லை. யுத்தம் தொடர்ந்து கொண்டிருந்தது. பசியும் பட்டினியும் ஓயவில்லை. கிளர்ச்சிகள் அடங்கவில்லை. லெனின் இன்னமும் வந்து சேரவில்லை. ஆனால், அது வரை காத்திருக்க முடியாது. ஆக, பணி முடியவில்லை. இனிமேல்தான் தொடங்கப் போகிறது.

லெனினுக்காகத் காத்திருக்க முடியாது. எப்போது வருவார், எப்போது உள்ளே தூக்கிப் போடலாம் என்று புதிய அரசு ஆர்வத்துடன் காத்துக் கொண்டிருக்கிறது. ஆட்சியைக் கைப் பற்றிவிட்டாலும், லெனின் என்னும் ஒற்றை மனிதரை நினைத்து அவர்கள் நடுங்கிக் கொண்டுதான் இருந்தார்கள்.

போல்ஷ்விக் கட்சிக்கு இது முக்கிய தருணம். இதைத் தவற விட்டால் அவ்வளவுதான். ஆட்சியைப் பிடித்துக் கொண்ட புதிய அரசை உடனடியாக அகற்ற வேண்டும். புரட்சிகர அரசை நிர்மாணிக்க வேண்டும்.

முதல் காரியமாக, *பிராவ்தா* இதழைத் தொடர்ந்து நடத்தும் பொறுப்பை ஏற்றுக் கொண்டார் ஸ்டாலின். கூடவே, கட்சியின் தலைமைப் பொறுப்பும் அவரிடம் வந்து சேர்ந்தது.

சுடச்சுட பிரசாரத்தைத் தொடங்கினார்.

‘ரஷ்ய மக்களே, ஜார் ஆட்சி ஒழிக்கப்பட்டு விட்டது உண்மை தான். ஆனால், இப்போது ஏற்பட்டுள்ள தாற்காலிக அரசு, ஜார்

ஆட்சிக்கு இணையான ஒன்றுதான். போராட்டத்தை நாம் கைவிடக் கூடாது. தொடர வேண்டும். சோவியத் அரசு அமையும் வரை போராட வேண்டும்.'

போர் முனையில் இருந்த மிச்ச சொச்ச ரஷ்ய வீரர்களைத் திரும்ப அழைத்தார்.

'வீரர்களே, நடந்து கொண்டிருக்கும் போரில் அநாவசியமாக உங்களை ஈடுபடுத்திக் கொள்ளாதீர்கள். இது உங்களுக்கான போர் அல்ல. நமக்கான போர் அல்ல. புதிய ஜார் அரசாங்கத்தை நம்ப வேண்டாம். இந்த அரசாங்கம் அளிக்கும் உத்தரவுகளைச் செயல்படுத்த வேண்டாம். வெகு விரைவில் போல்ஷ்விக் அரசு மலரும்.'

●

லெனினைப் பார்க்கும்போது நதேஷ்தாவுக்குச் சிரிப்புதான் வந்தது.

ஓர் இடத்தில் அமைதியாக உட்காராமல் அறையைச் சுற்றிச் சுற்றி வந்து கொண்டிருந்தார் லெனின். திடீரென்று ஒரு புத்தகத்தைப் பிரித்தார். இரண்டு வரிகளாவது படித்திருப்பாரா என்பது சந்தேகமே. அப்படியே மூடி வைத்துவிட்டு, நாற்காலியிலிருந்து எழுந்துவிட்டார். மீண்டும் நடை. குட்டி போட்ட பூனை கூட இப்படி சுற்றிச் சுற்றி வராது.

நதேஷ்தாவின் கைகளைப் பிடித்துக் கொண்டு, புன்னகை செய்தார் லெனின்.

'பார்த்தாயா நதேஷ்தா. ஜார் ஆட்சி கவிழ்ந்துவிட்டது. ஜார் இனி இல்லை.'

'ஆமாம், உண்மையாகவே மகிழ்ச்சியாகத்தான் இருக்கிறது.'

'இனி ஜாருக்கும் ரஷ்யாவுக்கும் சம்பந்தம் இல்லை.' சொல்லி விட்டு அட்டகாசமாகச் சிரித்தார் லெனின். 'மக்கள் அவரை நிமிர்ந்து கூட பார்க்க மாட்டார்கள். பெரிய குல்லாய் ஒன்றைப் போட்டுக் கொண்டு ஜார் சாலையில் நடந்து கொண்டிருப்பார். அவரை ஒருவரும் திரும்பிக்கூட பார்க்கமாட்டார்கள். ஒரு நிமிடம் இதை கற்பனை செய்து பார்.'

'நீங்கள் கொஞ்சம் பொறுமையாக இருக்க வேண்டும்.'

'எப்படி? என்னால் முடியவில்லை. இப்போதே ரஷ்யாவுக்குப் போகவேண்டும்போல் இருக்கிறது. இந்த நிமிடம், எல்லாவற்றையும் அப்படி அப்படியே போட்டுவிட்டு கதவைத் திறந்து ஒரே பாய்ச்சலாகப் பாய்ந்துவிட வேண்டும்.'

லெனினை உட்கார வைப்பதற்குள் போதும் போதும் என்றாகி விட்டது நதேஷ்தாவுக்கு.

'ஆஹா! போய்ப் பாருங்களேன். அப்படியே கோழி அமுக்கு வதைப் போல் அமுக்கிப் போட்டுவிடுவார்கள். ஜார் போய் விட்டார். ஆனால், தாற்காலிக அரசாங்கம் உங்களைச் சும்மாவிடாது.'

'உண்மைதான். ஆ, இப்படிச் செய்தால் என்ன? இனி நான் ரஷ்யன் கிடையாது. ஸ்வீடன். பாஸ்போர்ட்டுக்கு ஏற்பாடு செய்துவிடலாம். அப்படியே ரஷ்யாவுக்குள் ஊடுருவி விடுவேன்.'

வாய் விட்டுச் சிரித்தார் நதேஷ்தா.

'ஸ்வீடன் மொழியில் உங்களுக்கு ஒரு வார்த்தைக் கூட பேசத் தெரியாது. வழியில் நிறுத்தி, அதிகாரிகள் கேட்டால் என்ன செய்வீர்கள்?'

'எனக்குத்தான் பேச வராதே.'

'அது உங்களால் முடியாது. தூங்கும்போது கூட உங்களால் பேசாமல் இருக்க முடிவதில்லை. 'ரஷ்யா, போல்ஷ்விக், புரட்சி' மந்திரம் போல் ஓயாமல் உச்சாடனம் செய்து கொண்டிருக் கிறீர்கள். உங்களால் கனவில் கூட ஊமையாக நடிக்க முடியாது.'

அன்று இரவு முழுவதும் விவாதித்துக் கொண்டே இருந்தார்கள். இறுதியில் ஒரு வழி கிடைத்தது. ஸ்விட்ஸர்லாந்தில் உள்ள நண்பர்கள் மூலம் ஜெர்மனிக்குத் தப்பிச் சென்றுவிட வேண்டும். பிறகு, அங்கிருந்து ரஷ்யா. ஆபத்தான ஆட்டம்தான். ஆனால் ஆடிப் பார்ப்பதைத் தவிர வேறு வழி இல்லை.

அடுத்தடுத்து, ஏற்பாடுகள் துரிதப்படுத்தப்பட்டன. பெட்டி படுக்கைகளை மூட்டை கட்டினார்கள்.

'ஆ, நதேஷ்தா இந்தப் புத்தகங்களை என்ன செய்வது? நூலகத்துக்குத் திருப்பித்தர வேண்டுமே.'

'ஒன்று செய்யுங்கள். நீங்கள் முதல் ரயிலைப் பிடித்து, ஜெர்மனி போய்விடுங்கள். நான் இந்த வேலைகளை முடித்துவிட்டு வந்து விடுகிறேன்.'

'இல்லை வேண்டாம். ஒன்றாகவே கிளம்புவோம்.'

ஒரு பெட்டிக்குள் எல்லாப் புத்தகங்களையும் அள்ளிப் போட்டார்கள். வீட்டு வாடகைக்குப் பணத்தை எடுத்து வைத்தார்கள். கடிதங்களை, குறிப்புகளை எரித்தார்கள். நண்பர்களிடம் சொல்லி கணக்கு வழக்குகளை முடிக்க வேண்டும்.

ஏப்ரல் 3-ம் தேதி லெனினும் நதேஷ்தாவும் பெட்ரோகிராட் வந்தபோது, அவருக்கு கோலாகலமான வரவேற்பு ஏற்பாடுகள் செய்யப்பட்டிருந்தன.

ஒரு துணிப்பையை கையில் பிடித்தபடி, நின்று கொண்டிருந்தார் லெனின். பொருந்தாத மேல் அங்கி. அழுக்கேறிய தொப்பி. அருகில் நதேஷ்தா. தலையில் சிறிய குல்லாய். அவர் கையிலும் அழுக்கான ஒன்றிரண்டு துணிப்பைகள். நீண்ட தலைமுடியில் பொட்டுப் பொட்டாக பனி உறைந்து கிடந்தன. மெலிதாக நடுங்கிக் கொண்டிருந்தார்.

மக்களுக்குப் பல்வேறு சந்தேகங்கள்.

போல்ஷ்விக் கட்சி இனி எப்படிப் பயணிக்கப் போகிறது? தாற்காலிக அரசு எப்போது, எப்படி கலையும்? போல்ஷ்விக் கட்சி எப்போது ஆட்சிக்கு வரப்போகிறது? ஆட்சிக்கு வந்ததும் புதிய சோவியத் அரசு என்னென்ன செய்யும்?

லெனின் அவர்களது சந்தேகங்களைத் தெளிவுபடுத்தினார்.

'ஆம். புரட்சிகர அரசு வெகு விரைவில் அமையும். புதிய அரசின் செயல்திட்டம் இதோ :

1. நிலங்கள் தேசியமயமாக்கப்படும்.

2. எஸ்டேட்டுகள் பறிமுதல் செய்யப்படும். பறிமுதல் செய்யப் பட்ட நிலங்கள், விவசாயிகளின் கட்டுப்பாட்டின் கீழ் வந்து சேரும்.

3. புதிய விவசாயப் பண்ணைகள் உருவாக்கப்படும்.

4. அனைத்து வங்கிகளும் இணைக்கப்படும். தேசிய வங்கி ஒன்று உருவாகும்.

5. பொருள் உற்பத்தி மற்றும் விநியோகம் இனி தொழிலாளர் களின் பொறுப்பில் விடப்படும்.

6. பண்ணையடிமை உள்ளிட்ட அனைத்து அடிமை முறைகளும் முற்றிலுமாக ஒழிக்கப்படும்.

ஒன்றுவிடாமல் அத்தனையும் நிறைவேற்றப்படும். அதற்கு தேவை, உங்கள் அனைவரது ஒத்துழைப்பு.'

●

ஜூன் மாதத் தொடக்கத்தில் சோவியத்துகளின் அகில ரஷ்ய காங்கிரஸ் (மாநாடு) பெட்ரோகிராட் நகரில் தொடங்கியது. ஆயிரத்துக்கும் அதிகமான பிரதிநிதிகள் பங்கேற்ற இந்த மாநாட்டில் போல்ஷ்விக்குகளின் எண்ணிக்கை, நூற்று சொச்சம் மட்டுமே. பெரும்பாலோர் மென்ஷ்விக் புரட்சி யாளர்கள்.

லெனின் அந்தக் கூட்டத்தை ஒரு முறை பார்த்துக் கொண்டார். போல்ஷ்விக்குகளை மட்டம் தட்ட வேண்டும் என்பதற்காகவே கூட்டப்பட்ட மாநாடு. பார்த்தாயா, நாங்கள் ஆட்சியைப் பிடித்து விட்டோம் என்று பெருமை பீற்றிக் கொள்ளவே அமைக்கப் பட்ட மாநாடு. ஒப்புக்கு, போல்ஷ்விக் தலைவர்களையும் அழைத்திருக்கிறார்கள்.

மென்ஷ்விக் கட்சியின் அமைச்சர் ஒருவர் பெருமை பொங்க மைக் பிடித்து பேசிக் கொண்டிருந்தார்.

'ஆகவே ரஷ்யர்களே, இறுதியாக உண்மை வெற்றி பெற்று விட்டது. சத்தியம் தழைத்துவிட்டது. உண்மையான ஜன நாயகத்தை நாங்கள் கொண்டு வந்துவிட்டோம்.'

லெனின் பொறுமையாக உட்கார்ந்திருந்தார்.

'அனைத்துக் கட்சிகளும் எங்களுக்கு ஆதரவு அளிக்க வேண்டு கிறோம். மக்கள் எங்களுடன் ஒத்துழைக்க வேண்டும். புதிய அரசாங்கத்தைக் கட்டமைக்க உதவவேண்டும்.'

பேசிக் கொண்டே இருந்தவர், திடீரென்று இப்படி ஒரு சவாலை முன்வைத்தார்...

'எங்களைக் குறை கூறுவதற்காகவே போல்ஷ்விக்குகள் இல்லாத தையும் பொல்லாததையும் சொல்லிக்கொண்டு திரிகிறார்கள். உண்மையில் அவர்களிடம் பலம் இல்லை. திராணி இல்லை. எங்கெங்கோ சிதறிக் கிடக்கிறார்கள். 'அதிகாரத்தை எங்களிடம் கொடுத்துவிட்டு வெளியேறுங்கள். உங்கள் இடத்தை நாங்கள் எடுத்துக் கொள்கிறோம்' என்று சொல்லக்கூடிய ஒரு தனி அரசியல் கட்சி ஏதாவது ரஷ்யாவில் இப்பொழுது இருக்கிறதா? சொல்லுங்கள். யாராவது சொல்லுங்கள்.'

கூட்டம் அமைதியாக இருந்தது.

திடீரென ஒரு குரல். 'அத்தகைய கட்சி ஒன்று உள்ளது.'

அரங்கின் மையப் பகுதியிலிருந்து அந்தக் குரல் வெளிப்பட்டது. ஒட்டுமொத்த கூட்டத்தினரும் கண்களைச் சுழற்றி உற்றுப் பார்த்தனர்.

லெனின், அமைதியாக எழுந்து நின்றார்.

பிறகு, விறுவிறுவென்று மேடைக்குச் சென்றார். உரத்த குரலில் முழங்கினார்.

'ஆம். அப்படி ஒரு கட்சி இருக்கிறது. போல்ஷ்விக் கட்சி. முழு அதிகாரத்தையும் எடுத்துக் கொள்ள அந்தக் கட்சி தயாராக இருக்கிறது.'

கூட்டத்தினரிடைய சலசலப்பு.

'வெற்றுப் பிதற்றல்' என்றார் அந்த அமைச்சர். 'யார் வேண்டு மானாலும் இப்படிச் சொல்லலாம். ஆனால் அதற்கான திட்டம் இருக்கிறதா?'

லெனின் புன்னகை செய்தார்.

'மூன்று நிமிடங்கள் பேச அனுமதித்தால் போல்ஷ்விக் கட்சியின் செயல் திட்டம் என்ன என்பதை என்னால் தெளிவாக எடுத்துச் சொல்ல முடியும்.'

லெனின் தனது உரையை ஆரம்பித்தார்.

அவ்வளவுதான். ஒட்டுமொத்தக் கூட்டமும் பெட்டிப் பாம்பாகச் சுருண்டுக் கொண்டது. ஆவேசம் பொங்கும் துடிப்பான குரலில் லெனின் தன் தரப்பு நியாயத்தை முன்வைத்தார். அமைந்திருக்கும் அரசு, போலியானது என்றார். ஓர் அரசாங்கம் என்னென்ன செய்யவேண்டும் என்று பட்டியலிட்டார்.

லெனினைப் பேசவிட்ட அந்த அமைச்சரின் முகத்தில் எள்ளும் கொள்ளும் வெடித்துக் கொண்டிருந்தது. சகிக்க முடியாமல் எழுந்துவிட்டார்.

'ம், நேரம் ஆகிவிட்டது, நீங்கள் கிளம்பலாம்.'

ஆனால் மாநாட்டில் கூச்சல் கிளம்பியது.

'லெனினைப் பேச விடுங்கள். அவர் ஏதோ சொல்ல வருகிறார்.'

ஒதுக்கப்பட்ட நேரம் முடிந்த பின்னும் அவருக்குக் கூடுதல் நேரம் ஒதுக்கப்பட்டது.

லெனின், மீண்டும் தனது உரையைத் தொடர்ந்தார். புரட்சி, சாத்தியமாகும் சமயத்தில் துரிதமாக செயல்பட வேண்டியது அவசியம் என்றார். அதிகாரம் தொழிலாளி வர்க்கத்துக்கு மாற்றப்பட வேண்டும் என்று அறைகூவல் விடுத்தார்.

•

ஜுன் 18. சுமார் ஐந்து லட்சம் தொழிலாளர்கள் பெட்ரோகிராட்டில் திரண்டனர். நகரம் அதிரும் கோஷங்கள். துடிப்பான ஆர்ப்பாட்டம். தாற்காலிக அரசு மிரண்டு போனது. இத்தனை பலம் பொருந்தியவர்களா போல்ஷ்விக்குகள்? கூடாதே. ஒரு சாதாரண அரசியல் கட்சிக்கு இத்தனை பலம் இருக்கக்கூடாதே!

காவல்துறை உடனடியாக விரைந்து வந்தது. புதிய அரசு, புதிய ஒடுக்குமுறைகளை ஏவிவிட்டது. அடுத்தடுத்த நாள்களில் தொழிலாளர் இருப்பிடங்கள் சோதனையிடப்பட்டன. அவர்களிடமிருந்த ஆயுதங்கள் கைப்பற்றப்பட்டன. புரட்சிகர படைகள் கலைக்கப்பட்டன. போல்ஷ்விக் கட்சி மீதும் லெனின் மீதும் உடனடித் தாக்குதல் தொடங்கப்பட்டது.

ஜுலை 5-ம் தேதி பிராவ்தா ஆசிரியர் குழு அலுவலகம் நொறுக்கப்பட்டது. அதற்கு சற்று முன்னர், லெனின் அங்கிருந்து

சென்று விட்டதால் அவர் உயிர் தப்பினார். அச்சுக் கூடங்கள் சோதனையிடப்பட்டன. ஜார் ஆட்சியில் இருந்திருந்தால் என்னென்ன செய்திருப்பாரோ, அவற்றை ஒன்றன்பின் ஒன்றாக சிரத்தையாக செய்தது புதிய அரசாங்கம்.

போல்ஷ்விக் தலைவர்கள் ஒவ்வொருவராக கைது செய்யப் பட்டனர். ஒவ்வொருவர் மீதும் வண்டி வண்டியாக வழக்குகள். விசாரணை எல்லாம் தேவையில்லை. தலை தெரிந்தால் போதும். உள்ளே தள்ளிவிட வேண்டியதுதான்.

அடுத்து லெனின். என்னதான் இருந்தாலும் கட்சித் தலைவராகப் போய்விட்டார். அப்படியே அள்ளிக் கொண்டு போய்விட முடியாது. ஜனநாயக அரசு என்று அறிவித்துவிட்டார்கள் அல்லவா? லெனினை ஒழித்துக் கட்ட வேண்டும். ஆனால், சட்டபூர்வமாக. இப்படி ஓர் அறிவிப்பை வெளியிட்டார்கள். 'லெனினை முறையாக விசாரிக்க விரும்புகிறோம். ஆகவே, அவர் எங்கிருந்தாலும் நீதிமன்றத்தில் வந்து ஆஜராக வேண்டும்.'

சரி, வருகிறேன் என்று கோட்டை மாட்டிக் கொண்டு கிளம்ப ஆயத்தமானார் லெனின். ஆனால், ஸ்டாலின் அவரைப் போக விடவில்லை.

அன்று மாலை நடைபெற்ற போல்ஷ்விக் தலைவர்கள் கூட்டத் தில் ஸ்டாலின் உள்ளிட்ட தலைவர்கள் கலந்து கொண்டனர். லெனின், எக்காரணம் கொண்டும் நீதிமன்றத்துக்குச் செல்லக் கூடாது என முடிவு செய்ததுடன் அவருக்கு ஒரு ரகசிய தங்கு மிடத்தையும் தேர்ந்தெடுத்தனர்.

ஜூலை 6-ம் தேதி இரவு, ராணுவத்தினர் லெனின் முன்பு தங்கியிருந்த வீட்டுக்குள் புகுந்து சோதனை செய்தனர். லெனினைத் தேடினர். அவர் இல்லை. மீண்டும் இரண்டு நாள்கள் கழித்து, அதே இடத்தைச் சோதனையிட்டனர். இந்த முறை, நதேஷ்தாவும் வீட்டு வேலைக்காக நியமிக்கப்பட்டிருந்த உதவியாளரும் அகப்பட்டார்கள். இருவரும் கைது செய்யப் பட்டனர். பின்னர், விடுவிக்கப்பட்டனர்.

லெனினைத் தேடும் பணி முடுக்கிவிடப்பட்டது.

இனியும் லெனினை பெட்ரோகிராடில் வைத்திருப்பது ஆபத் தானது என்ற முடிவுக்கு வந்தது கட்சியின் மத்தியக் குழு.

லெனின் முற்றிலுமாக மாறிப் போயிருந்தார். தலை, மழுங்க சிரைக்கப்பட்டிருந்தது. மீசை, ஒட்ட வெட்டப்பட்டிருந்தது. சாம்பல் நிறத் தொப்பி. சிவப்பு நிற மேல் அங்கி. இப்போது அவர் போல்ஷ்விக் தலைவர் அல்லர். ஒரு ஃபின்லாந்து விவசாயி.

யெமல்யானோவ் என்னும் தோழரின் வீட்டில் தங்கியிருந்தார் லெனின். உட்கார்ந்து யோசிப்பதற்கு ஒரு சிறிய அறை. இரண்டு நாற்காலிகள். ஒரு மேஜை. அவ்வளவுதான்!

ஒரு சில நாள்கள் கழிந்திருக்கும். அதற்குள் இங்கிருந்து வெளி யேற வேண்டிய நிலை. உளவாளிகள் அங்கும் இங்கும் அலைந்து கொண்டிருப்பதாகச் செய்திகள் வந்தன. வேறொரு சந்தர்பபமாக இருந்தால் சமாளித்துவிடலாம். ஆனால், இப்போது முடியாது. மாட்டினால் தொலைத்துவிடுவார்கள்.

உடனே, அங்கிருந்து வெளியேறினார் லெனின். ரஸ்லிங் ரயில் நிலையம் அருகில் இருந்த ஒரு மறைவான இடத்துக்கு வந்து சேர்ந்திருந்தார் அவர். ரஷ்ய-ஃபின்லாந்து நாட்டின் எல்லையில் அமைந்திருந்தது அந்த இடம். அதை வீடு என்று சொல்ல முடியாது. சிறிய குடிசை. களத்து மேட்டில் அவசர அவசரமாக அமைக்கப்பட்ட வைக்கோல் பொந்து.

மரங்களுக்குக் கீழே உள்ள இடத்தைப் பெருக்கி சுத்தமாக்கி னால், அதுதான் படிப்பறை. மணிக்கணக்கில் அமர்ந்து வாசித்துக் கொண்டிருப்பார் லெனின். தினசரி நடக்கும் செய்திகளை சுடச்சுட அப்போதே தெரிந்துகொள்ள வேண்டும் அவருக்கு. கட்டுக் கட்டாகப் பத்திரிகைகள் வாசித்து பழக்கமாகிவிட்டது. தவிரவும், இது மிக மிகக் கொந்தளிப்பான சமயம்.

யெமல்யானோவின் மகன்கள் ஒரு வழியைக் கண்டுபிடித்தனர். ஒரு படகு தயார் செய்யப்பட்டது. இரண்டு மகன்களும் படகில் பெட்ரோகிராட் செல்வார்கள். எந்தெந்த செய்தித்தாள்களை யார் யார் வாங்க வேண்டும் என்று முன்னரே பேசிக் கொள்வார்கள். ஒருவரே விதவிதமாக அத்தனைப் பத்திரிகைகளையும் வாங்கி னால் சந்தேகம் ஏற்படும் அல்லவா?

மரங்களுக்குக் கீழே காலை நீட்டி உட்கார்ந்து, ஒரு வரி விடாமல் அத்தனைப் பத்திரிகைகளையும் உன்னிப்புடன் வாசிப்பார் லெனின். தவிரவும், தினமும் விடாமல் எழுதிக் கொண்டிருந்தார்.

கட்சித் தோழர்களிடம் தொடர்ந்து தொடர்பில் இருந்தார் லெனின். கட்சி, போர், அரசியல் என்று பல விஷயங்களை அவர்களுடன் விவாதித்துக் கொண்டே இருந்தார்.

அறுவடைக் காலம் முடிந்ததும், அந்தப் பகுதியிலிருந்து வெளியேற வேண்டி வந்தது. வேட்டைக்காரர்கள் அதிகம் வந்து போகும் பகுதி என்பதால் அந்த இடத்தில் மறைந்து வாழ்வது ஆபத்தானது என்பதால் இந்த முடிவு.

ஆகஸ்ட் 8-ம் தேதி. தனது தோற்றத்தை மாற்றியமைத்துக் கொண்டார் லெனின். போலி அனுமதிச் சீட்டு வந்து சேர்ந்தது. இப்போது அவர் ஒரு தொழிலாளி. வேலை தேடி அலையும் தொழிலாளி. ரயில் நிலையத்தை அடைந்தார். கரி தள்ளும் வேலை செய்கிறேன், ஃபின்லாந்தில் இறக்கி விடுகிறீர்களா என்றார். சரி என்றவுடன் ஏறிக் கொண்டார். அவ்வளவுதான். பாதுகாப்பாக ஃபின்லாந்து வந்து இறங்கியாகிவிட்டது.

●

ஃபின்லாந்து. ஹெல்சிங்போர்ஸ் நகர காவல்துறை அதிகாரிகள் மும்முரமாக விவாதித்துக் கொண்டிருந்தனர்.

‘பெட்ரோகிராட்டிலிருந்து ஓர் உத்தரவு வந்திருக்கிறது, லெனினைப் பிடிக்கச் சொல்லி. அவரை உங்களுக்குத் தெரியும் தானே!’ என்றார் கவர்னர் ஜெனரல்.

தலைமை அதிகாரி ரோவியோ நிமிர்ந்து உட்கார்ந்தார்.

‘அப்படியா? கேள்விப்பட்டிருக்கிறேன்.’

‘அவர் ஃபின்லாந்துக்குத் தப்பி வந்துவிட்டதாக உளவாளிகள் சொல்கிறார்கள்.’

‘ஆ, எத்தனை தைரியம். நம்முடைய இடத்துக்கே வந்து விட்டாரே.’

’ம். எப்படியாவது அவரைப் பிடிக்க வேண்டும். இன்னொன்று, அவர் தலைக்குப் பெரிய மதிப்பு இருக்கிறது.’

சொல்லிவிட்டுச் சிரித்தார் கவர்னர் ஜெனரல். ‘யாருக்கு அதிர்ஷ் டம் இருக்கிறதோ, அவர்களுக்குத்தான் லெனின் கிடைப்பார்.’

'என்னிடம் அவர் சிக்கினால் நான் உங்களிடம் அழைத்து வருகிறேன்.'

'ஆ, இதுதான் கடமை வீரனுக்கு அழகு. இப்படித்தான் இருக்க வேண்டும்.'

ரோவியோவின் முதுகில் தட்டிக் கொடுத்துவிட்டு வெளியேறினார் கவர்னர் ஜெனரல்.

ரோவியோ அலுவலகத்தை விட்டு வெளியேறினார். நேராகத் தனது வீட்டுக்குச் செல்லாமல் ஹாக்னெஸ் சதுக்கம் என்னும் பகுதிக்குச் சென்றார். அங்கு அவருக்காக ஒருவன் காத்துக் கொண்டிருந்தான். தன்னிடமிருந்த ஒரு கடிதத்தை அவனிடம் கொடுத்து விட்டு, அவன் அளித்த கடிதத்தைக் கவனமாகப் பெற்றுக் கொண்டார்.

பிறகு, கடைக்குச் சென்று முட்டைகளும் ரொட்டிகளும் வாங்கிக் கொண்டார். நேராக வீட்டுக்குச் சென்றார்.

ரோவியோவின் படுக்கையறையில் உட்கார்ந்து ஏதோ எழுதிக் கொண்டிருந்தார் லெனின். ரோவியோவைப் பார்த்ததும் நிமிர்ந்தார்.

'என்ன வழக்கத்தைவிட இன்று தாமதமாக வருகிறீர்கள்?'

'லெனின் என்று ஒருவர் இங்கு தப்பி வந்திருக்கிறாராம். அவரை எப்படி வளைத்துப் பிடிக்கலாம் என்று, என் கவர்னர் ஜெனர லுடன் விவாதித்துவிட்டு வருகிறேன்.'

லெனின் புன்னகை செய்தார்.

'சரி, அந்தக் கடிதத்தை வாங்கி வந்தீர்களா?'

ரோவியோ கடிதத்தை எடுத்து நீட்டினார்.

'மிக்க நன்றி. இனி நீங்கள் லெனினைத் தேடிப் பிடிக்கும் வேலையைச் செய்யலாம்.'

மீண்டும் புத்தகத்துக்குள் மூழ்கிப் போனார் லெனின்.

ரஷ்யாவில், ஸ்டாலினின் செல்வாக்கு பன்மடங்கு உயர்ந்திருந் தது. அவரது தலைமைப் பண்புகள் முழுமையாக வெளிப்பட்ட

தருணமும் இதுதான். லெனின், அவருக்கு தொடர்ந்து வழி காட்டிக் கொண்டிருந்தார். ரஷ்யாவில் நடக்கும் ஒவ்வொரு சிறு அசைவையும் லெனினுக்குத் தெரியப்படுத்தினார் ஸ்டாலின்.

ஸ்டாலினுக்குத் தெரிந்துவிட்டது. அடுத்து நடக்கப் போவது இறுதி யுத்தம்.

●

அக்டோபர் 7. ஒரு முதியவராக மாறியிருந்தார் லெனின். அவரது தலைமுடி நரைத்திருந்தது. தாடியும், மீசையும் கூடத்தான். ஃபின்லாந்திலிருந்து பெட்ரோகிராட் கிளம்பும் அந்த ரயிலில் கரி தள்ளுபவர் இவர்தான். உதேல்னாயா என்னும் ரயில் நிலையத்தில் அவருக்காகக் காத்திருந்தார் நதேஷ்தா.

அக்டோபர் 10. போல்ஷ்விக் கட்சி உறுப்பினர்கள் மாநாடு கூடியது. திட்டம் உறுதி செய்யப்பட்டது.

இன்னும் சில தினங்கள். சில தினங்கள்தான். ஆயுதப் போராட்டம் தொடங்கப்பட வேண்டும். தாக்குதலுக்கான எல்லா ஏற்பாடு களும் தயாராக இருக்க வேண்டும். அவரவருக்கு கொடுக்கப் பட்டுள்ள கடமைகளை, பிசகில்லாமல் முடிக்க வேண்டும்.

லெனின் தனது தொண்டையைக் கனைத்து கொண்டார்.

'எல்லோருக்கும் புரிந்திருக்கும் என்று நம்புகிறேன். ஏதாவது யோசனைகள்?'

ட்ராட்ஸ்கி தனது கைகளை உயர்த்தினார்.

'புரட்சிக்கான நேரம் இன்னமும் கனியவில்லை என்று நினைக்கிறேன்.'

ஸ்டாலின் இடைமறித்தார்.

'இல்லை. இனியும் காலம் தாழ்த்துவது தவறு.'

'தேதியைக் கொஞ்சம் தள்ளிப் போட்டால் நன்றாக இருக்கும். இன்னும் கொஞ்சம் அவகாசம் இருந்தால் நல்லது.'

'இல்லை. திட்டத்தை இனி ஒரு நிமிடம்கூட தள்ளிப் போட முடியாது' தீர்க்கமான குரலில் சொன்னார் ஸ்டாலின்.

காமனே, ஜினோவியே இருவருக்கும் ஒரு சந்தேகம்.

'அதிகாரத்தைக் கைப்பற்றும் அளவுக்கு நாம் உண்மையிலேயே வளர்ந்திருக்கிறோம் என்று நினைக்கிறீர்களா? அதற்கான பக்குவத்தை நாம் அடைந்துவிட்டோமா?'

ஸ்டாலின், கோபத்துடன் அவர்களிடம் திரும்பினார்.

'நமது எதிரிகள் பேச வேண்டியதை எல்லாம் நீங்கள் பேசிக் கொண்டிருக்கிறார்கள் தோழர்களே.'

கூடியிருந்தவர்களிடம் திரும்பினார் லெனின்.

'நாம் வெற்றி பெறுவோமா என்ற சந்தேகம் உங்கள் யாருக்கும் வேண்டாம். திட்டத்தை மாற்றியமைப்பதைப் பற்றியோ, தள்ளிப் போடுவதைப் பற்றியோ யாரும் அபிப்பிராயம் சொல்ல வேண்டாம். நம்முடைய நோக்கம் வெற்றி பெறுவது. எதிரி களுக்கு அவகாசம் அளித்து, அவர்களைப் பலப்படுத்துவது அல்ல.'

அதற்குப் பிறகு, யாரும் பேசவில்லை.

லெனின், சில முக்கிய யோசனைகளை முன்வைத்தார்.

1. தாக்குதலைத் தொடங்கிய பிறகு பின் வாங்கக் கூடாது. உறுதியாக முன்னேற வேண்டும்.

2. எதிரிகள் சுதாரிப்பதற்கு நேரம் கொடுக்கக் கூடாது. திட்ட வட்டமான முறையில் தாக்குதல் மேற்கொள்ளப்பட வேண்டும்

3. எதிரிகள் படை சிதறிக் கிடக்கும்போது, அவர்களைத் திக்கு முக்காடச் செய்து, அந்த வாய்ப்பை நமக்குச் சாதகமாகப் பயன்படுத்திக் கொள்ள வேண்டும்.

4. திட்டமிட்டபடி ஒவ்வொரு நகரமாகக் கைப்பற்றப்பட வேண்டும். ஒவ்வொரு குழுவுக்கும் இலக்குகள் அளிக்கப் பட்டிருக்கின்றன. வெற்றி ஒன்றே குறிக்கோள்.

அக்டோபர் 24. விறுவிறுவென்று கட்சியின் கமிட்டிக்கு கடிதம் எழுதினார் லெனின்.

‘இந்த வரிகளை 24-ம் தேதி மாலை எழுதுகிறேன். நிலைமை இதற்குமேல் போக முடியாது என்னும் அளவுக்கு நெருக்கடி ஏற்பட்டுள்ளது. உடனடியாக எழுச்சி நடைபெற வேண்டியது அவசியம். இனியும் தாமதிப்பது இறப்பதற்குச் சமமானது.

இன்றே செயல்பட வேண்டும். தாற்காலிக அரசாங்கத்தைக் கவிழ்க்க வேண்டும். ஆட்சி நம் கைக்கு வந்துசேர வேண்டும். இன்று நாம் உறுதியான நடவடிக்கை எடுக்காவிட்டால், வரலாறு நம்மை மன்னிக்கவே மன்னிக்காது. இதுதான் நமக்குக் கொடுக்கப்பட்டுள்ள கடைசி வாய்ப்பு. கடைசி தருணம்.’

●

பெட்ரோகிராட்.

புரட்சிகரப் படைகள் இயங்கிக் கொண்டிருந்தன.

பாட்டாளிகள் புரட்சிப் படைகளுடன் கைகோர்த்து செயல் பட்டுக் கொண்டிருந்தனர்.

சோஷலிசப் புரட்சி நிறைவேறிக் கொண்டிருந்தது. ஜார் ராணுவத்தினர் சிதறி ஓடிக் கொண்டிருந்தனர்.

பெட்ரோகிராட் தொழிலாளர்களும் புரட்சிப் படையினரும் பம்பரமாக இயங்கிக் கொண்டிருந்தனர். நகரின் முக்கியச் சாலைகளில் தடையரண்கள் ஏற்படுத்தப்பட்டன. அரசாங்க அலுவலகங்கள் கைப்பற்றப்பட்டன.

மத்தியத் தொலைபேசி நிலையம், பெட்ரோகிராட் தந்தி நிறுவனம், வயர்லஸ் நிலையம், ரயில்வே நிலையம், மின் நிலையம், அரசாங்க வங்கி அத்தனையும் அத்தனையும் கைப் பற்றப்பட்டன.

மிக மிக துல்லியமான திட்டம். அட்டகாசமாகச் செயல்படுத்திக் காட்டினார்கள்.

கைப்பற்றப்பட்ட அத்தனை இடங்களையும் செஞ்சேனை படை காவல் காத்தது.

தாற்காலிக அரசும், ராணுவத்தினரும் அலறியடித்துக் கொண்டு குளிர்கால அரண்மனையில் தஞ்சம் அடைந்தனர். மக்களை

பரிதவிக்க வைத்துவிட்டு முந்தைய ஜார்கள் குளிர் காய்ந்த அதே அரண்மனை.

புரட்சிப் படை முன்னேறியது. இனி, அரண்மனை மட்டும்தான் பாக்கி. உற்சாகத்துடன் அரண்மனையைச் சுற்றி வளைத்தனர். படையின் ஒரு பிரிவு, அரண்மனைக்குள் புயலாகப் புகுந்தது. தாற்காலிக அரசைச் சார்ந்த அத்தனைப் பேரும் அதே இடத்தில் வைத்து கைது செய்யப்பட்டனர்.

●

தலைமறைவாக இருந்த லெனின், ஸ்மோல்னி மாளிகையை நோக்கி முன்னேறினார். போல்ஷ்விக் கட்சியின் மத்திய கமிட்டி இங்கிருந்துதான் இயங்கிக் கொண்டிருந்தது.

புரட்சியை வழிநடத்தும் நேரம் நெருங்கிவிட்டது.

அக்டோபர் 24, 1917. நள்ளிரவு 11 மணிக்கு ஸ்மோல்னி மாளிகைக் குள் நுழைந்தார் லெனின். ஆரவாரத்தில் மாளிகை அதிர்ந்து கொண்டிருந்தது. எங்கு பார்த்தாலும் புரட்சிப் படை வீரர்கள். எங்கு பார்த்தாலும் கோஷங்கள். 'லெனின் வாழ்க, புரட்சி வாழ்க.'

நூற்றாண்டுகால சர்வாதிகார சரித்திரம் வீழ்த்தப்பட்டது. வார்த்தைகளால் வருணிக்க முடியாத சிலிர்ப்பு ஒவ்வொரு வருக்கும்.

எப்பொழுது விடியும் என்று அனைவரும் காத்துக் கொண்டிருந் தனர்.

25-ம் தேதி காலை பத்து மணி. பலத்த கைத்தட்டலுக்கு இடையே லெனின் தோன்றினார். அதே பழைய உடை. பொருந்தாத ஓவர் கோட். சரியாக வாரப்படாத தலைமுடி. கண்களை இடுக்கிக் கொண்டு கூட்டத்தினரைப் பார்த்தார். கைதட்டும் சத்தம் அதிகரித்தது.

'அனைவரும் அமைதியாக இருங்கள்' என்றார் லெனின்.

'தாற்காலிக அரசு முடிந்துவிட்டது. இனி, புரட்சிக் குழுதான் ஆட்சி அதிகாரத்தை ஏற்று நடத்தும்.'

ரஷ்யா முதல் முறையாக சிவப்பு ஆடையை அணிந்து கொண்டது.

26-ம் தேதி இரவு. குளிர்கால அரண்மனையை நோக்கி புரட்சிப் படைகள் முன்னேறிக் கொண்டிருந்தனர். அருகிலிருந்த நெவா ஆற்றில் தயாராக ஒரு போர்க் கப்பல் காத்திருந்தது.

'புரட்சி வாழ்க! ஜார் மன்னர் ஒழிக!'

கடும் குளிரையும் ஊடுருவிச் சென்றன, இந்த வார்த்தைகள்.

புரட்சி வீரர்களுக்குச் சிலிர்த்தது. ரத்த ஞாயிறு சம்பவக் காட்சிகள் நினைவுகளை அரித்தன.

ஒருவரும் வெளியில் எட்டிப் பார்க்கவில்லை. தாற்காலிக அரசைச் சேர்ந்த அனைவரும், ஜார் விசுவாசிகள் அனைவரும் ஆளுக்கொரு திசையில் ஒளிந்து கொண்டிருந்தனர்.

மாளிகையின் ஆடம்பரம் அனைவரையும் வாய்பிளக்க வைத்தது. பல நூற்றுக்கணக்கான அறைகள். அலங்காரமான வடிவமைப்புகள். விலை மதிக்க முடியாத கற்கள் பதிக்கப்பட்ட அறைக்கதவுகள். திரைச்சீலைகள். அட்டகாசமான இருக்கைகள். ஓவியங்கள். கலைப்பொருள்கள்.

வீரர்களுக்கு கடும் கோபம்.

'ஆ, அப்பாவி ரஷ்யர்கள் பசியால் பட்டினியால் வாடிக் கொண்டிருந்தபோது, இந்த மன்னர்கள் எத்தனை அட்டகாசம் செய்திருக்கிறார்கள் பாருங்கள்.'

உணர்ச்சி மேலிட ஒரு வீரன் தங்க முலாம் பூசப்பட்ட ஒரு நிலைக்கண்ணாடியை ஆத்திரத்துடன் துப்பாக்கியால் குத்தி உடைத்துப் போட்டான். அருகிலிருந்த மற்றொருவன் ஓடிவந்து அவனைத் தடுத்தான்.

'தோழரே, என்ன நினைத்துக் கொண்டு இப்படி எல்லாம் செய்கிறாய்?'

'ரஷ்யர்களின் ரத்தத்தால் செய்யப்பட்ட பொருள்கள். இனி இவை இருக்கக் கூடாது.'

'இது ஜார் மன்னரின் மாளிகை என்று நீ நினைத்துக் கொண்டிருக் கிறாய். தவறு. இது புரட்சிப் படையின் மாளிகை. நம்முடைய மாளிகை. உன்னுடைய மாளிகை.'

மருதன்

'அட, ஆமாம். மறந்துவிட்டேனே.'

அப்போது ஓர் அறிவிப்பு.

'ஒளிந்திருப்பவர்கள் தாமாகவே முன்வந்து சரணடைய வேண்டு கிறோம். இல்லாவிட்டால், போர்க் கப்பல் உங்களுக்குப் பதில் அளிக்கும்.'

நீண்ட இடைவெளிக்குப் பிறகு, சிறிது சிறிதாக அனைவரும் வெளியே வர ஆரம்பித்தனர். ஆட்டம் முடிந்துவிட்டது என்று அவர்களுக்குத் தெரிந்து போனது. இனியும் மறைந்திருந்து பிரயோஜனமில்லை.

அனைவரும் கைது செய்யப்பட்டனர். தாற்காலிக அமைச்சர் கள் சிலரை தாக்க முயன்ற புரட்சி வீரர்கள் தடுத்து நிறுத்தப் பட்டனர். 'வேண்டாம் தோழரே. நம் மீது அவப்பெயர் ஏற்படக் கூடாது. இவர்களை சிறைபிடிப்பதோடு நம் வேலை முடிவடைகிறது.'

●

உறக்கம் இல்லாததால் முகம் வீங்கியிருந்தது லெனினுக்கு.

'நீங்கள் ஓய்வெடுத்துக் கொள்ள வேண்டும்' என்றார் நதேஷ்தா.

'ஓய்வா? இனிதானே வேலையை ஆரம்பிக்க வேண்டும்.'

'சில மணி நேரங்களாவது ஓய்வு எடுத்தால்தான் நாளை வேலையை ஆரம்பிக்க முடியும்.'

அதுவும் சரிதான் என்று தோன்றியது லெனினுக்கு. ஏற்கெனவே இரண்டு மூன்று முறை நோயில் விழுந்து எழுந்தாகிவிட்டது. மலை போல் பணிகள் குவிந்து கிடக்கின்றன.

தொலைவில் உள்ள வீட்டுக்குப் போக சிரமப்பட்டுதான் லெனின் ஓய்வெடுக்க மறுக்கிறார் என்பதைப் புரிந்துகொண்ட தோழர் புருயேவிச், அருகிலுள்ள தன் வீட்டுக்கு வருமாறு லெனினை அழைத்தார்.

ஒரு சிறிய அறையை லெனினுக்கு ஒழித்துக் கொடுத்துவிட்டு, மற்றொரு அறைக்குச் சென்று தூங்கினார் புருயேவிச்.

சிறிது நேரம் சத்தம் போடாமல் படுத்துக் கொண்டிருந்தார் லெனின். நிலை கொள்ளவில்லை. எழுந்து உட்கார்ந்தார். அறையின் மூலையில் இருந்த நாற்காலியில் அமர்ந்தார். கையோடு கொண்டுச் சென்றிருந்த காகிதங்களை எடுத்து, பரப்பி வைத்துக் கொண்டு எழுதத் தொடங்கினார்.

மறுநாள் காலை. லெனினின் அறைக்குள் நுழைந்தார் புருயேவிச். லெனின் உறங்கிக் கொண்டிருந்தார். மதியம் கடந்து மாலை நெருங்கிவிட்டது. புரண்டு படுத்திருந்தாரே தவிர, உறக்கம் கலையவில்லை. மாலை மாநாடு தொடங்கப் போகிறது. எழுப்பலாமா வேண்டாமா?

யோசித்துக் கொண்டே இருந்த புருயேவிச்சின் கண்கள் மேஜை மீது குவிந்தது. நெருங்கிச் சென்றார். ஒரு கட்டுக் காகிதம். எழுதப்பட்டிருந்தன. எடுத்து தலைப்பை வாசித்தார்.

நிலம் குறித்த அரசாணை.

9. புதிய சோவியத் பூத்தது

*சு*தந்தர சோவியத். அக்டோபர் 26-ம் தேதி. விவசாயி கள், தொழிலாளர்கள், புரட்சி வீரர்கள், கட்சி அங்கத் தினர் ஸ்மோல்னியில் கூடியிருந்தனர். அனைவரும் மேடையை உற்று பார்த்துக் கொண்டிருந்தனர்.

எங்கே அவர்?

கூடியிருந்தவர்களுக்கு அந்த இடம் போதவே இல்லை. அறை பிதுங்க பிதுங்க நின்று கொண் டிருந்தார்கள். நிற்பதற்கு இடம் இல்லாதவர்கள் ஜன்னல் வழியாக முண்டியடித்து மேடையை பார்த்துக் கொண்டிருந்தனர். இன்னமும் சிலர், தூண் விளிம்புகளில் ஏறி நின்று கொண்டிருந்தனர்.

உற்சாக மிகுதியால் சிலர் தலையில் அணிந்திருந்த தொப்பிகளை உயரே வீசிக் கொண்டிருந்தனர். எங்கும் உற்சாகக் கூச்சல்.

லெனின் மேடையில் தோன்றினார்.

கொண்டாட்டத்துக்கான சுவடே இல்லாமல் மிகச் சாதாரணமாக இருந்தது அவர் முகம். பார்வையால் விழுங்கி விடுவதைப் போல் மொத்த கூட்டத்தையும் ஒரு முறை பார்த்தார். பிறகு, கைகளை உயர்த்தினார்.

'இரண்டு ஆணைகளை இந்தச் சபையின் அங்கீகாரத்துக்காக சமர்ப்பிக்கிறேன்.'

அந்த அறை முழுவதும் எதிரொலித்தது அவர் குரல்.

முதல் ஆணை, சமாதானம் பற்றியது. தற்போது நடைபெற்றுக் கொண்டிருப்பது நம்முடைய போர் அல்ல. அதில் நாம் கலந்து கொள்ள வேண்டிய அவசியமுமில்லை. நமக்குத் தேவை, போர் அல்ல, சமாதானம். பொருட்சேதத்தையும் உயிர்ச் சேதத்தையும் உடனே தடுத்து நிறுத்த வேண்டும். அதற்கு இந்தச் சபையின் ஒப்புதலை வேண்டுகிறேன்.

இரண்டாவது, நிலம். நிலம் மீதான தனியுரிமை நீக்கப்படுகிறது. நிலப்பிரபுக்கள், அரச குடும்பங்கள், குருமார்கள் போன்றவர் களுக்குச் சொந்தமான நிலம் பறிமுதல் செய்யப்படும். சோவியத் சபையின் பராமரிப்பின் கீழ் அவை வந்து சேரும். பறிமுதல் செய்யப்பட்ட நிலத்துக்கு ஈட்டுத்தொகை தர இயலாது. ஏழைகளிடம் உள்ள நிலங்கள் அவர்களுக்கே சொந்தம்.

நன்றி.

அவ்வளவுதான். சொல்லிவிட்டு மேடையை விட்டு இறங்கிப் போய்விட்டார் லெனின்.

புதிய சோவியத் தேசம் மலர்ந்த முதல் நாளே இரண்டு அரசாணைகள். இரண்டுமே முக்கியமானவை. ரஷ்யர்களின் வாழ்க்கையை மாற்றி அமைக்கக்கூடியவை. சந்தோஷம். மகிழ்ச்சி. ஆனால், கூடியிருந்தவர்களுக்குச் சில விஷயங்கள் புரியவில்லை.

போல்ஷ்விக் கட்சி மகத்தான வெற்றியைப் பெற்றிருக்கிறது. அரசாங்கமே அடியோடு மாறிவிட்டது. புதிய சோவியத் மலர்ந் திருக்கிறது. ஒரு சிறிய கொண்டாட்டம்? உற்சாகமாக சில வார்த்தைகள்? ம்ஹூம். கேளிக்கை, கும்மாளம் வேண்டாம். குறைந்தது ஒரு வெற்றி புன்னகை? சரி, அதுவும் வேண்டாம். கையசைவு? பெருமிதமாக ஒரு பார்வை. நாங்கள் வென்று விட்டோம் என்று ஒரே ஓர் அறிக்கை? ம்ஹூம். எதுவுமே இல்லை. வந்தார். அரசாணைகளை வாசித்தார். நன்றி சொன் னார். போய்விட்டார்.

என்ன மனிதர் இவர்?

அமைச்சரவை பட்டியல் தயார் செய்யப்பட்டது.

தலைவர் லெனின். தேசிய இன வளர்ச்சியை கவனித்துக் கொள் ளும் பொறுப்பு ஸ்டாலினுக்கு. வெளி விவகாரம் ட்ராட்ஸ்கியின் கைகளுக்குச் சென்றது.

லெனின் சில விஷயங்களில் தெளிவாக இருந்தார்.

'போதும். இனி ரஷ்யாவில் ஒருவரும் ஒரு துளி ரத்தம் கூட சிந்தக் கூடாது. இனி சிந்த வேண்டியது வியர்வையை மட்டும்தான். புதிய அரசை கட்டுமானம் செய்ய வேண்டும். வேலைகளை தொடங்க வேண்டும். அரசாங்கம் என்றால் என்ன என்று மக்களுக்கு உணர்த்த வேண்டும். அதுவும் உடனே!'

சோவியத்தில் இனி அமைதி மட்டுமே நிலவ வேண்டும்.

லெனின் தயாரானார். சோவியத்தின் புதிய சரித்திரம் ஆரம்ப மானது.

உலுக்கியெடுத்த தொடக்கம் அது. ஒரு முனையில், போர். மறு முனையில் பஞ்சம். அரசாங்க கஜானா காலி. யுத்த செலவுகளைச் சமாளிக்க கஜானாவை கவிழ்த்ததோடு நிற்காமல் இஷ்டத்துக்கு கடன் வேறு வாங்கி செலவழித்திருந்தார் திருவாளர் ஜார்.

தொழிற்சாலைகள் மூடிக் கிடந்தன. மக்களுக்கு வேலை இல்லை. உணவு இல்லை.

'மக்களே, புரட்சி வெற்றி பெற்றுவிட்டது. புதிய சோவியத் மலர்ந்துவிட்டது!' என்று தெருவுக்கு தெரு தொண்டை வலிக்க முழங்குவதால் யாருக்கு என்ன பயன்?

போல்ஷ்விக் கட்சியால் புதிய அரசாங்கத்தை அமைக்க முடிந்ததற்கு முக்கியக் காரணம், லெனின் மீது மக்களுக்கு உள்ள நம்பிக்கை. தவிரவும், உருப்படியாகவும் ஒழுக்கமாகவும் இருந்த ஒரே கட்சி இவர்களுடையதுதான்.

பிழைப்பதற்கு நிலம். சாப்பிடுவதற்கு ரொட்டி. அமைதி. மக்களின் குறைந்தபட்ச எதிர்பார்ப்புகள் இவைதான். இவற்றை எதிர்பார்த்துத்தான் மக்கள் புரட்சி அரசாங்கத்தை ஏற்படுத்தி னார்கள். இவற்றை அளிக்கிறோம் என்று சொல்லித்தான் போல்ஷ்விக்கும் புதிய அரசை அமைத்தது.

ஆட்சி மாற்றத்துக்கும் அதிக நேரம் பிடிக்கவில்லை. பழுத்த பழம் மரத்திலிருந்து உதிர்வதைப் போல் தாற்காலிக ஆட்சி உதிர்ந்துவிட்டது. ஆனால், புதிய சோவியத் ஆட்சியை தக்க வைப்பது லேசுப்பட்ட வேலையாக இருக்கவில்லை.

ட்ராட்ஸ்கி தலைமையில் ஒரு குழு. நிகோலாய் புகாரின் (Nikolai Bukharin) தலைமையில் ஓர் இடது கம்யூனிஸ்ட் குழு. இந்த இருவரும் இணைந்து, சோவியத் அரசாங்கத்தை முடக்கிவிட என்னென்ன செய்ய முடியுமோ அத்தனையையும் செய்தார்கள்.

ஸ்டாலினுக்கு ட்ராட்ஸ்கி விஷயத்தில் சுத்தமாக நம்பிக்கை இல்லை. முதல் உலகப் போரை நிறுத்த வேண்டாம், தொடர்ந்து போரிடுவோம் என்கிறார் ட்ராட்ஸ்கி. எதற்காக தொடர்ந்து போரிட வேண்டும்? ஏற்கெனவே குந்துமணி கோதுமை இல்லை. இன்னமும் என்ன எதிர்பார்க்கிறார்கள் இவர்கள்?

கடுமையான சூழல். கடந்தாக வேண்டும். லெனின், ஸ்டாலின், இருவரை விட்டால் வேறு யாருமில்லை.

இதற்கிடையில், தாற்காலிக அரசாங்கத்தின் தலைவராக இருந்த கெரன்ஸ்கி என்பவர் ரகசியமாக படைகளைச் சேர்த்து பெட்ரோகிராடை தாக்கினார். பெட்ரோகிராட் அருகிலுள்ள ஒரு சில பகுதிகளைத் தன் கட்டுப்பாட்டுக்குள் கொண்டும் வந்துவிட்டார் கெரென்ஸ்கி. அந்நிய நாட்டு தூதரகங்கள் சில அவருக்கு ஆதரவு கரம் நீட்டின.

சரியான நேரத்தில் ராணுவத்தை அனுப்பி, கெரன்ஸ்கியின் கலகத்தை முறியடித்தார் லெனின்.

சரி, இனி உள் விவகாரங்களை கவனிக்கலாம் என்று லெனின் தனது அலுவலகத்துக்குச் சென்று அமர்ந்தபோது, போர் முனையிலிருந்து செய்திகள் பறந்து வந்து அவர் மேஜையில் விழுந்தன.

ஜெர்மனி சிறிது சிறிதாக ரஷ்யாவை நோக்கி நகர்ந்து கொண்டிருந்தது. நார்வா (Narva), பிஸ்கே (Pisko) இரு பகுதிகளையும் சுற்றி வளைத்துவிட்டது. அடுத்து பெட்ரோகிராட்தான்.

போரில் கலந்து கொள்வதில் விருப்பம் இல்லாவிட்டாலும், வாசலுக்குள் புகுந்த எதிரிகளைச் சும்மா விட முடியுமா? பதிலடி தர வேண்டாமா?

அந்தப் பொறுப்பை ஸ்டாலினிடம் ஒப்படைத்தார் லெனின்.

ஸ்டாலின் உடனடியாகப் பணிகளைத் தொடங்கினார். முதலில், மக்களிடம் பிரசாரம். 'ரஷ்யாவுக்கு ஆபத்து. சோவியத் அரசுக்கு ஆபத்து. மக்களே, ஒன்று கூடுங்கள்.'

அடுத்து ராணுவத்தினரை ஒன்றுபடுத்தினார். 'பகைவர்களை விரட்டி அடிக்க வேண்டும். எல்லோரும் தயாராகுங்கள். உடனே, உடனே.'

சுருண்டுக் கிடந்த மக்கள் விழித்துக் கொண்டனர். அப்போதுதான் புதிதாக அமைக்கப்பட்டிருந்த செம்படை (Red Army) தயாரானது.

விரைவில், ஜெர்மானியப் படை விரட்டியடிக்கப்பட்டது. ஆனால், லாட்வியா, எஸ்தோனியா, போலந்து போன்றவை ஜெர்மனியால் அபகரிக்கப்பட்டன. சோவியத்துக்கு மேலும் நெருக்கடியை ஏற்படுத்தும் வகையில், 'என்னைத் தனியாக விட்டு விடுங்கள். நான் கழன்று கொள்கிறேன்' என்று உக்ரைன் கொடி பிடித்துப் போராட ஆரம்பித்தது.

ஜெர்மனி மீண்டும் தாக்கலாம் என்னும் அபாயம் இருந்ததால் சோவியத்தின் தலைநகரத்தை பெட்ரோகிராடிலிருந்து மாஸ்கோ வுக்கு மாற்றியமைத்தது அரசு.

கட்சியின் பெயரும் மாற்றியமைக்கப்பட்டது. ரஷ்யக் கம்யூ னிஸ்ட் கட்சி (போல்ஷ்விக்). (Russian Communist Party (Bolshevik). கட்சியைப் பலப்படுத்தும் பணி தொடங்கப்பட்டது. கட்சியின் பொது செயலாளராக ஸ்டாலின் நியமிக்கப்பட்டார்.

சோவியத்தை ஓரளவுக்குப் பலப்படுத்தியாகிவிட்டது. ஆனால், அடுத்தடுத்து வேலைகள் நடக்க வேண்டுமென்றால் அமைதி தேவை. வாசற்படியில் ஜெர்மனி, துப்பாக்கியோடு அலைந்து கொண்டிருக்கும்போது எப்படிக் கோப்புகளை பார்ப்பது?

யுத்தத்தில் ஈடுபட்டுள்ள அனைத்து நாடுகளும் உடனடியாக யுத்தத்தை கைவிட வேண்டும் என்று அழைப்பு விடுத்தார் லெனின். ஒருவரும் மசியவில்லை. மனிதாபிமான அடிப் படையிலாவது போரை நிறுத்துங்களேன் என்று மன்றாடிப் பார்த்தார் லெனின்.

எந்த குதிரை ஜெயிக்கும்? யாருக்கு எவ்வளவு கிடைக்கும் என்று கணக்குப் போட்டுக் கொண்டிருந்த நாடுகள், லெனினின் வார்த்தைகளை புறக்கணித்தனர்.

ஒரு முடிவுக்கு வந்தார் லெனின். 'சரி, நீங்கள் என்னவாவது செய்து கொண்டு போங்கள், எங்களை விட்டுவிடுங்கள். போரிட எங்களுக்கு விருப்பமில்லை.'

மார்ச் 3, 1918-ம் ஆண்டு போரிடும் நாடுகளுடன் ஓர் உடன் படிக்கை (Treaty of Brest & Litovsk) செய்து கொண்டது ரஷ்யா. இந்த உடன்படிக்கையின் மூலம் ரஷ்யா தெரிவித்த செய்தி இதுதான்.

'ஐயா, எங்களை விட்டு விடுங்கள். உங்களுடன் மல்லுக்கட்டிப் போராடும் அளவுக்கு எங்களுக்கு தற்போது தெம்பு இல்லை. உருப்படியாக செய்வதற்கு எங்களுக்கு வேறு வேலைகள் இருக்கின்றன.'

•

எல்லாம் அவசர அவசரமாக எடுக்கப்பட்ட முடிவுகள்.

எல்லாவற்றுக்கும் பின்னால் லெனின் அமைதியாகப் பணி யாற்றிக் கொண்டிருந்தார். கூடவே ஸ்டாலின். லெனினுக்கு பெருமையாக இருந்தது. ஜார்ஜியாவின் ஏதோ ஒரு மூலையில் இருந்த இளைஞன், இன்று? சோவியத்தின் முக்கிய நம்பிக்கை நட்சத்திரமாக உயர்ந்திருக்கிறான். ஸ்டாலினின் அதி வேக வளர்ச்சியை தொடர்ந்து கவனித்துக் கொண்டிருந்தார் லெனின்.

ரஷ்யா முழுவதும் பயணம் செய்தார் ஸ்டாலின். ஒவ்வொரு நிமிடமும் மாறி வரும் சூழலை அப்போதைக்கு அப்போதே ஆய்வு செய்தார்.

தன்னை ஒரு பலம் பொருந்திய தலைவராக, சோவியத்தின் இன்றி யமையாத சக்தியாக ஸ்டாலின் மாற்றியமைத்துக் கொண்டது, இந்தத் தருணத்தில்தான். ஸ்டாலின் இல்லாமல் ஒரு நாள் கூட லெனினால் இருக்க முடியாது என்னும் நிலை உருவானது.

வார்த்தைகளால் வருணிக்கவே முடியாத சிக்கல்கள், குரல் வளையை நெருக்கும் நெருக்கடிகள். அசராமல், அநாயாசமாகச் சமாளித்தார் ஸ்டாலின். முக்கிய முடிவுகள் அனைத்தும் ஸ்டாலி னின் யோசனைக்குப் பிறகே எடுக்கப்பட்டன.

ஒரு முக்கியமான கோப்பைச் சுமந்து கொண்டு லெனினின் அலுவலகத்துக்குள் நுழைவார்கள்.

'இன்றே இதற்கான முடிவு எடுக்கப்பட வேண்டும். நெருக்கடி யான நிலை.'

லெனின் யோசிப்பார்.

'அப்படியா? சரி ஸ்டாலின் எங்கே?'

'தற்போது அவர் பயணம் செய்து கொண்டிருக்கிறார்.'

'அவர் வந்து விடட்டுமே.'

இதன் பொருள், லெனின் தன்னிச்சையாக முடிவுகள் எடுப்ப தில்லை என்பதல்ல. ஸ்டாலின் எந்த அளவுக்கு லெனினின் நம்பிக்கையை சம்பாதித்துக் கொண்டார் என்பதே கவனிக்கப்பட வேண்டிய சங்கதி.

கட்சிக்குள் ஸ்டாலினின் செல்வாக்கு அதிகரித்துக் கொண்டே போனது. ஓர் அரசியல் தலைவராக மட்டுமே அவரை இதுவரை பார்த்திருந்த கட்சியினர், ஒரு தீரமிக்க ராணுவத் தலைவராகவும் அவரைப் பார்க்கத் தொடங்கினர். ஸ்டாலின், போர் சூழலைச் சமாளித்த விதம் அவர்களை அசர வைத்தது.

சோவியத் பூத்ததே அப்போதுதான். சிறிய செம்படை. அதுவும் கூட அப்போதுதான் தவழத் தொடங்கியிருந்தது. சிறிய கட்சி. சிறிய தலைமைக் குழு. இவற்றைக் கொண்டு ஜெர்மனி போன்ற ஏகாதிபத்திய நாடுகளின் போர் வெறித் தாக்குதலைச் சமாளித்தாக வேண்டும். உள்நாட்டுக் கலவரங்களை அடக்கியாக வேண்டும்.

ஸ்டாலின் செய்தது அதைத்தான்.

1917-ம் ஆண்டு ஆர்டர் ஆஃப் தி ரெட் பேனர் (Order of the Red Banner) விருது ஸ்டாலினுக்கு வழங்கப்பட்டபோது, ஒட்டு மொத்த ரஷ்யாவும் அதைக் கொண்டாடியது.

லெனினுக்கு உள்நாட்டில் எதிர்ப்புகள் தோன்ற ஆரம்பித்தன.

லெனினை வெறுக்க, அவரது உறுதியான முடிவுகளை விமர்சிக்க மென்ஷ்விக்குகளும், கலகக்காரர்களும் தயங்கவில்லை.

ஸ்டாலினும் விமர்சனத்திலிருந்து தப்பவில்லை. குறிப்பாக, ட்ராட்ஸ்கி, புகாரின் போன்றவர்கள் ஸ்டாலினுக்கு எதிராக பட்டவர்த்தனமாக கருத்துச் சொல்ல ஆரம்பித்தனர்.

'என்னதான் இருந்தாலும் ஸ்டாலினுக்கு போர் முனையில் பயிற்சி இல்லை. முக்கிய நாடுகள் அனைத்தும் போரில் ஈடுபட்டுக் கொண்டிருக்கும் சமயத்தில், இவர் மட்டும் பின் வாங்கிவிட்டார்.'

'ஆமாம். எத்தனை பெரிய அவமானம். இவரது பெயர் கெட்டுப் போனது மட்டுமல்லாமல் ரஷ்யாவின் பெயரும் சேர்த்தே அல்லவா சீரழிக்கப்படுகிறது.'

'நமக்குத் தெரிகிறது. ஆனால் லெனினுக்குத் தெரியவில்லையே. ஸ்டாலின் சொன்னால் அவருக்குத் தேவவாக்கு.'

'ரஷ்யாவை இவர்கள் இன்னமும் என்னவெல்லாம் செய்யப் போகிறார்கள் என்பதைப் பொறுத்திருந்து பார்ப்போம்.'

ரஷ்யா, போரிலிருந்து பின்வாங்க வேண்டும் என்பது லெனினின் முடிவு. லெனினின் முடிவைத்தான் செயல்படுத்தினார் ஸ்டாலின். அதனால், இருவருமே ஒரு குறிப்பிட்ட சாராரால் விமர்சிக்கப்பட்டனர். இது போன்ற விமர்சனங்கள் தவிர்க்கப்பட முடியாதவை என்று லெனினுக்குத் தெரியும்.

தவிரவும், ஸ்டாலின் மீது லெனின் தனிப்பட்ட முறையில் அன்பு செலுத்துவது கட்சிக்குள் பெரும் புகைச்சலை ஏற்படுத்தியது.

ஒரு சமயம் திடீரென்று ஸ்டாலினுக்கு உடல்நலம் மோசமடைந் தது. பரிசோதித்துப் பார்த்ததில் அவருக்கு வயிற்று பிரச்னை இருப்பது தெரியவந்தது. கட்டாயம் அறுவைச் சிகிச்சை செய்ய வேண்டும் என்று சொல்லிவிட்டார்கள். கூடவே, ஒரு எச்சரிக்கை. உயிருக்கே ஆபத்து ஏற்படவும் வாய்ப்பு இருக்கிறது.

ஆடிப் போய்விட்டார் லெனின். தினமும் மருத்துவமனைக்கு வந்து ஸ்டாலினை சந்தித்தார். ஒரு நாளைக்கு இரண்டு முறை.

'ஸ்டாலின், உங்களுக்கு என்ன உதவி தேவைப்பட்டாலும், எப்போது வேண்டுமானாலும் தயங்காமல் என்னைக் கூப்பிடுங்கள்.'

'நன்றி.'

அறுவைச் சிகிச்சை முடிந்து, ஸ்டாலின் படுக்கையை விட்டு எழுந்திருக்கும் வரை, லெனினின் பிரத்தியேக கரிசனமும் அரவணைப்பும் ஸ்டாலினுக்குக் கிடைத்தது.

இந்த ஒற்றைக் காரணத்துக்காகத்தான் ஸ்டாலின் பின்னாள்களில் பல கடுமையான விமர்சனங்களை சந்திக்க வேண்டியிருந்தது.

●

'தோழர் லெனினைப் பார்க்க வேண்டும்.'

நாட்டுப்புற உடைகளில் வந்திருந்த அந்த இருவரையும் மறு வார்த்தை பேசாமல் உள்ளே அனுப்பி வைத்தார் அந்த உதவியாளர்.

ஏதோ ஒரு முக்கிய கோப்பில் மூழ்கிப் போயிருந்த லெனின் தனது பார்வையை உயர்த்தினார்.

'வாருங்கள்.'

தனது இருக்கையிலிருந்து எழுந்து நின்ற அவர், இருவரையும் அமர வைத்து பிறகு, அவர்களுக்கு அருகே ஒரு நாற்காலியை இழுத்துப் போட்டுக் கொண்டு உட்கார்ந்தார்.

அவர்களுக்குக் கூச்சமாக இருந்திருக்க வேண்டும்.

'நீங்கள் உங்கள் இருக்கையிலேயே அமரலாமே!'

'அதை விடுங்கள். விஷயத்தைச் சொல்லுங்கள்.'

'நாங்கள் இருவரும் தொழிலாளர்கள். இயந்திரங்களோடு வேலை செய்துதான் எங்களுக்கு பழக்கம். எழுதப் படிக்கத் தெரியாது. பள்ளிக்கூடம் போனது கிடையாது. வேறு வேலை தெரியாது.'

'சரி. உங்களுக்கு வேலை வேண்டுமா?'

'உங்கள் அலுவலகத்தைச் சார்ந்தவர்கள் நேற்று எங்களைச் சந் தித்துப் பேசினார்கள். ஒரு வேலையையும் அளித்தார்கள். ஆனால், அந்த வேலையைச் செய்ய எங்களுக்கு விருப்பமில்லை.'

லெனின் யோசனையுடன் அவர்களைப் பார்த்தார்.

'அப்படி என்ன கடினமான வேலை அது?'

'அமைச்சரவை அலுவலகத்தில் வேலை செய்யச் சொல்கிறார் கள். நினைத்துப் பார்க்கவே பயமாக இருக்கிறது. தொழிற்சாலை களில் இருந்த எங்களை, அலுவலகத்தில் வேலை பார்க்கச் சொல்வது எந்த வகையில் நியாயம்? அதுவும் அமைச்சரவை அலுவலகத்தில்.'

லெனின் புன்னகை செய்தார்.

'தோழர்களே. நீங்கள் ஒரு விஷயத்தை மறந்துவிட்டீர்கள். நாம் அனைவரும் புதிய சோவியத் அரசாங்கத்துக்காக உழைத்துக் கொண்டிருக்கிறோம். நமக்கு அளிக்கப்பட்ட பணிகளை நாம் நிறைவேற்ற வேண்டும்.'

'ஐயோ, எங்களுக்கு அதில் எந்தப் பிரச்னையும் இல்லை. எவ்வளவு கடினமான வேலையாக இருந்தாலும் செய்யத் தயாராகவே இருக்கிறோம். ஆனால், அலுவலகத்தில் அமர்ந்து எங்களால் என்ன வேலை செய்ய முடியும்?'

'எல்லோருக்கும் எல்லா வேலையும் புதிதுதான். இதோ, அந்த மேஜைக்குப் பின்னால் உட்கார்ந்து ஏதேதோ கோப்புகளை பார்வையிட்டுக் கொண்டிருக்கிறேனே. எப்படி முடிகிறது என்னால்? எனக்கு என்ன இதில் அனுபவமா இருக்கிறது? முந்தைய ஜார் அரசாங்கத்தில் கோப்பு பார்க்கும் வேலையா செய்து கொண்டிருந்தேன் நான்? வேலை என்றதும் பழகிக் கொள்ளவில்லையா?'

'ஏதாவது தவறு செய்து விட்டால் என்னாகும் என்பதுதான் என் கவலை.'

லெனின் நாற்காலியிலிருந்து எழுந்து கொண்டார். அவர்களைப் பார்த்து புன்னகை செய்தார்.

'தவறு செய்தால் அதிலிருந்து நாம் கற்றுக் கொள்வோம்.'

கற்றுக் கொள்ளுங்கள் அல்ல. கற்றுக் கொள்வோம்.

'நிச்சயம் லெனின். உங்கள் நம்பிக்கையை காப்பாற்றுவோம்.'

கைதான ஜார் மன்னர்களையும், அவர்களது சகலபாடிகளையும் விசாரிக்க லெனின் ஏற்பாடு செய்தார். அதற்குள் உள்நாட்டுப் பிரச்னை அதிகரித்ததால், லெனினால் மீண்டும் ஜார் விஷயத்தில் கவனம் செலுத்த முடியவில்லை. அந்த இடைப்பட்ட காலத்தில்,

உள்ளூர் சோவியத் அமைப்புகளைச் சார்ந்தவர்கள், விசாரணை தொடங்குவதற்கு முன்பே ஜார் வம்சத்தினருக்கு மரண தண்டனை வழங்கினர். இந்த விஷயம் லெனினின் கவனத்துக்கு, பின்னர் சென்றது.

இதற்கிடையே, செக்கா (Cheka) என்னும் காவல் படை உருவாக்கப்பட்டது. சரியாகச் சொல்ல வேண்டுமானால், டிசம்பர் 12, 1917-ம் ஆண்டு இந்த அமைப்பு உருவாக்கப்பட்டது. ஆரம்பிக்கப்பட்டபோது இது ஒரு ரகசிய உளவு அமைப்பாகவே இருந்தது. இதன் முக்கியப் பணிகள் இரண்டு.

ஒன்று, போல்ஷ்விக் அரசாங்கத்தின் எதிரிகள் யார், யார் என்பதைக் கண்டுபிடிக்க வேண்டும். இரண்டு, எதிரிகளிடமிருந்து சோவியத்தைக் காப்பாற்ற வேண்டும். ரகசிய அமைப்பு என்று சொல்லிக் கொண்டாலும், இதன் நடவடிக்கைகள் வெளிப்படையாகத்தான் இருந்தன.

●

ஓயாமல் போராடிக் கொண்டே இருக்க வேண்டியிருந்தது லெனினுக்கு. புதிது புதிதாக பிரச்னைகள் முளைத்துக் கொண்டே இருந்தன. கமிட்டி உறுப்பினர்கள், திடீர் திடீரென்று ராஜிநாமா செய்தனர். புரட்சி நடவடிக்கைகள் ஒத்துவராது, தோல்வியில் தான் முடியும் என்று வெளியில் நின்று விமர்சனம் செய்தனர்.

கடினமான, உறுதியான முடிவுகள் எடுக்க வேண்டியிருந்தது. எதிர் கலகம் செய்தவர்கள் கைது செய்யப்பட்டார்கள். அரசாங்க ஆணைகளை நிறைவேற்ற மறுப்பவர்கள் வீட்டுக்கு அனுப்பி வைக்கப்பட்டனர்.

குறிப்பாக, பெரும் முதலாளிகளிடமிருந்து எதிர்ப்புகள் பெருகிக் கொண்டே சென்றன. ஏக்கர் ஏக்கராக மடக்கிப் போட்டிருந்த நிலத்தை அரசாங்கத்திடம் இழக்க அவர்கள் தயாராக இல்லை. அரசாங்கம் அவர்களிடம் தயவு தாட்சண்யம் காட்டவில்லை. உட்கார்ந்து பேசிக் கொண்டிருக்கவில்லை. கண்டிப்பான உத்தரவு மட்டுமே அவர்களுக்கு இடப்பட்டது. 'ஒழுங்கு மரியாதையாக வெளியேறு.'

மொத்தம் பதினைந்து கோடி ஹெக்டேர் நிலம் பறிமுதல் செய்யப்பட்டு, குடியானவர்களுக்குப் பிரித்துக் கொடுக்கப்பட்டது. விவசாயிகளுக்கு இது நூற்றாண்டு காலக் கனவு. இப்படி

யெல்லாம் நடக்கும் என்று அவர்கள் நினைத்துக்கூடப் பார்க்க வில்லை.

லெனினின் அலுவலகத்துக்கு ஏராளமான கடிதங்கள்.

'தோழர் லெனினுக்கு என் வந்தனங்கள். என் அத்தனைக் கஷ்டங்களையும் தீர்த்து வைக்கும்படி அரசாங்கம் எங்களுக்கு நிலத்தை பங்கீடு செய்து கொடுத்துள்ளது. என் குடும்பமே உங்களுக்கு நன்றிக்கடன் பட்டிருக்கிறது.'

பல நூற்றுக்கணக்கான கடிதங்கள். அத்தனையும் ஏழை விவசாயிகளிடமிருந்து.

●

குறிப்பிட்ட வேலைகளை குறிப்பிட்ட நபர்கள்தான் செய்ய வேண்டும் என்னும் அபிப்பிராயத்தை லெனின் உடைத்தெறிந் தார். வேலை நடக்க வேண்டும். அவ்வளவுதான். தொழிலாளர் கள் கிடைக்கவில்லை என்றால், அதிகாரிகள் சட்டையை மடித்து விட்டுக் கொண்டு வேலை பார்க்க வேண்டியதுதான். கௌரவ மான வேலை, அகௌரவமான வேலை என்று எதுவும் இருக்கக் கூடாது என்பதில் லெனின் தெளிவாக இருந்தார். உடலுழைப் புக்கும் மூளை உழைப்புக்கும் வித்தியாசமே இருக்கக் கூடாது என்பதுதான் அவர் கனவு.

ஸ்மோல்னி அலுவலகம் எப்போதும் பரபரப்பாக இயங்கிக் கொண்டிருந்தது. எந்தக் கோப்பும் வாரக் கணக்கில், மாதக் கணக்கில் தேங்கிக் கிடக்கவில்லை. பகல், இரவு பார்க்காமல் அலுவலகமே கதியாகக் கிடந்தார் லெனின். வேலை, வேலை, வேலை. வேறு எதற்கும் அவகாசம் இல்லை. வாசிப்பதற்குக் கூட நேரம் கிடைக்கவில்லை.

தொழிலாளர்களும் விவசாயிகளும் எந்நேரமும் அவர் அலுவல கத்தை நோக்கி படையெடுத்துக் கொண்டே இருந்தனர். லெனினைப் பார்க்க வேண்டும் என்று சொல்லிக் கொண்டு எவரும் ஸ்மோல்னி வாசற் கதவைத் தட்டலாம். எல்லோருக்கும் அனுமதி நிச்சயம். அலுவலக ஊழியர்களுக்கு, கட்சி தோழர் களுக்கு, குடியானவர்களுக்கு என்று தனித்தனியே கவனம், பார்வை நேரம் எல்லாம் கிடையாது. எல்லோரும் ஒன்றுதான்.

●

சந்தர்ப்பம் கிடைக்கும் போதெல்லாம் லெனின் திரும்பத் திரும்ப வலியுறுத்திக் கொண்டிருந்தது இதைத்தான்.

'மேலிருந்து உத்தரவுகள் வரும். அவற்றை நாம் கடைப்பிடித் தால் போதும். இப்படி ஒருவரும் ஒருபோதும் நினைத்துவிடா தீர்கள். மேலிடம், கீழிடம் என்று எதுவும் கிடையாது. பழைய அமைப்புகள் அத்தனையும் தவிடுபொடியாகச் சிதறிவிட்டன. நாம் அமைக்க விரும்புவது சோஷலிச சமுதாயம். அப்படி ஒரு சமுதாயம் அமைய வேண்டுமானால் ஒவ்வொரு வேலை யிலும் ஒவ்வொருவரும் ஈடுபடவேண்டும், சமமான உரிமை களோடு.'

அடிப்படைச் சீர்திருத்தங்கள் ஒவ்வொன்றாக மேற்கொள்ளப் பட்டன.

முதலில், பொருளாதாரம். உற்பத்தி, விநியோகம் இரண்டும் தொழிலாளர்களின் மேற்பார்வையின் கீழ் வந்து சேர்ந்தன. தொழிலாளர்களால் தேர்ந்தெடுக்கப்படும் பிரதிநிதிகள், தொழில் நிலையங்களில் புகுந்து ஆராயலாம். ஏதேனும் முறைகேடுகள் இருந்தால் அரசாங்கத்தில் புகார் கொடுக்கலாம். அனுமதிக்கப்பட்ட நேரத்துக்கு அதிகமாக வேலை செய்யச் சொல்லி எவரையும் வற்புறுத்த முடியாது. அதே போல், இந்த மாசம் லாபமே கிடைக்கவில்லை, சம்பளம் கிடையாது என்று அழிச்சாட்டியம் செய்ய முடியாது. கணக்குப் புத்தகங்களை பிரித்து வைத்துக் கொண்டு ஆராயும் உரிமை தொழிலாளர் பிரதிநிதிகளுக்கு உண்டு.

மக்களை வகுப்புவாரியாக தரம் பிரிக்கும் வேலை ஜார் காலத்தில் நடந்து வந்தது. அந்த முறையை ஒழித்துக் கட்டியது புதிய அரசாங்கம். நான் எவ்வளவு பெரிய ஆள் தெரியுமா? என்னிடம் எத்தனை பண்ணைகள் இருக்கிறது தெரியுமா? இப்படியெல் லாம் யாராலும் சவடால் அடிக்க முடியாது. உள்ளே கொண்டு போய் வைத்துவிடுவார்கள். தவிரவும், அனைத்து உபரி சொத்துக் களும் கைப்பற்றப்படும்.

ரஷ்யாவில் உள்ள அனைத்து நாட்டு மக்களுக்கும் சம உரிமை அளிக்கப்பட்டது. அதே போல், சுய நிர்ணய உரிமையும் எல்லா நாடுகளுக்கும் வழங்கப்பட்டன. இதனால், தேசிய இனப் பிரச்னைகள் தடுக்கப்பட்டன.

ரயில்வே, சுரங்கம் மற்றும் கனரக தொழிற்சாலைகளை அரசு தன் நேரடி கட்டுப்பாட்டின் கீழ் கொண்டு வந்தது. சிறு மற்றும் பெரு உற்பத்திகள் அரசாங்கத்தால் ஊக்குவிக்கப்பட்டன. வங்கிகள் நாட்டுடைமையாக்கப்பட்டன.

ரஷ்யாவின் தலைநகரமாக மாஸ்கோ மாற்றப்பட்டது. நிர்வாக கமிட்டி கிரெம்ளினுக்கு மாற்றப்பட்டது. லெனினும் இங்கேயே குடியேறினார்.

●

ஒவ்வொரு வெள்ளிக்கிழமையும் ஏதாவதொரு தொழிலாளர் கூட்டத்தில் கலந்து கொள்வது என்று லெனின் முடிவு செய்திருந் தார். ரஷ்யா முழுவதும் சுற்றி வரவும், தொழிலாளர்களின் வளர்ச்சியை நேரில் காணவும் முடியும் அல்லவா? தவிரவும், அவர்களது குறைகளையும் கூட கண்டுகொள்ளலாம்.

1918, ஆகஸ்ட் 30. பெட்ரோகிராடில் உள்ள தொழிற்சாலையில் அன்றைய கூட்டம் நடைபெற வேண்டும்.

லெனின் கிளம்பிக் கொண்டிருந்தார். அப்போது தோழர்கள் சிலர், அலுவலகத்திலிருந்து அவரைத் தொடர்பு கொண்டனர்.

'தோழர் லெனின், இன்றைய பொதுக் கூட்டத்தில் நிச்சயம் நீங்கள் கலந்து கொள்ளத்தான் வேண்டுமா?'

'ஆமாம் அதற்கென்ன?'

'கலகக்காரர்கள் நம் ஆள்களைத் தேடித் தேடிக் கொன்று கொண் டிருக்கிறார்கள். உங்களையும் அவர்கள் தாக்கக்கூடும். நிலைமை சரியாகும் வரை நீங்கள் இப்படி வெளியில் செல்லாமல் இருப்பது தான் நல்லது.'

லெனின் சிரித்தார்.

'முகம் தெரியாத நபர்களுக்காகப் பயந்து கொண்டிருக்க முடியுமா? நான் கூட்டத்துக்கு போகத்தான் போகிறேன்.'

சொன்னதைப் போலவே கிளம்பிவிட்டார்.

ஸெர்ப்பு ஹவ்ஸ்கயா சாலையில் அமைந்திருந்தது அந்தத் தொழிற்சாலை. லெனின் காரிலிருந்து இறங்கினார். தொழி லாளர்கள் பாய்ந்து வந்து அவரைச் சூழ்ந்து கொண்டனர்.

லெனின் அவர்களுடன் விவாதித்தார். தொழில் குறித்து. அவர்கள் வாழ்நிலை குறித்து. பிரச்னைகள் குறித்து.

உரை முடிந்ததும், தொழிலாளர்களுடன் இணைந்து அவர்களுடன் பேசியபடி வெளியில் வந்தார் லெனின். அவர் காரை நெருங்கிக் கொண்டிருந்த சமயம் அந்த துப்பாக்கிக் குண்டு வெடித்தது.

'ஆ!'

லெனினின் இடது கையிலிருந்து ரத்தம் பெருக ஆரம்பித்தது. அதற்குள் இரண்டாவது குண்டு. இந்த முறை லெனினின் கழுத்துக்கு அருகே பாய்ந்தது. தாவி வந்த தொழிலாளர்கள் லெனினைத் தாவிப் பிடிப்பதற்குள் மூன்றாவது குண்டு அவருடைய முதுகில் பாய்ந்தது.

அப்படியே கீழே சுருண்டு விழுந்தார் லெனின்.

அதே சமயம், ஒரு பெண் துப்பாக்கியைக் கீழே போட்டு விட்டு ஓட ஆரம்பித்தார். தொழிலாளர்கள் சிலர் பாய்ந்துச் சென்று அவரைப் பிடித்தனர். அவள் பெயர் ஃபன்யா கப்லான் (Fanya Kaplan) என்றும் பிற்போக்குவாத இயக்கத்தை சேர்ந்தவள் என்றும் பின்னர் கண்டுபிடிக்கப்பட்டது.

லெனின் மெலிதாக முனகினார்.

'வீட்டுக்குக் கொண்டுச் செல்லுங்கள்.'

அள்ளி எடுத்து, காரில் போட்டுக் கொண்டு கிரெம்ளின் மாளிகையை நோக்கி விரைந்தனர்.

லெனினின் அறை மாடியில். தூக்கிச் சென்றால்தான் முடியும். ஆனால், லெனின் அதற்கு அனுமதிக்கவில்லை. அவர்களது தோளைப் பற்றிக்கொண்டு மெல்ல மெல்ல நடந்தபடி மாடியில் ஏறினார்.

சத்தம் கேட்டு விரைந்து வந்து கதவைத் திறந்த மரியா, ரத்தம் சொட்ட சொட்ட நின்று கொண்டிருந்த தன் சகோதரனைக் கண்டு அலறினாள்.

'உஷ், எனக்கு ஒன்றுமில்லை. ஏதோ ஆபத்து என்று நினைத்து விடப் போகிறார்கள். உள்ளே போ.'

சிறிது நேரம் கழித்து, அறைக்கு வந்த நதேஷ்தாவுக்கு அதிர்ச்சி.

லெனினின் கைகளைப் பற்றிக் கொண்டு, கண்ணீர் சிந்திய நதேஷ்தாவை அன்புடன் கண்டித்தார் லெனின்.

'எனக்கு ஒன்றும் ஆகாது. கவலைப்படாதே.'

கைகளில் கட்டுப்போட்டபடி சிறிது காலம் ஓய்வில் இருந்தார் லெனின். வாசிக்க நேரம் கிடைப்பதில்லையே என்னும் அவரது ஏக்கம் ஓரளவுக்கு தணிந்தது. அதே சமயம், அவருக்கு ஒரு மகிழ்ச்சியான செய்தியும் வந்து சேர்ந்தது. எதிரிகளின் வசம் இருந்த ஸிம்பர்ஸ்க் நகரம், (லெனின் பிறந்த நகரம்) இப்போது சோவியத்தால் மீட்கப்பட்டுவிட்டது.

'இனி நான் விரைவில் தேறிவிடுவேன்.'

துள்ளிக் குதித்தார் லெனின்.

●

போர் ஒப்பந்தத்தை தூக்கி ஒரு மூலையில் எறிந்துவிட்டு, ரஷ்யாவை ஆக்கிரமிக்கும் பணிகளில் ஜெர்மனியும் பிரிட்டனும் பிரான்ஸும் மும்முரமாக ஈடுபட்டுக் கொண்டிருந்தன. அப்படியே விட்டால், பெட்ரோகிராட், மாஸ்கோ என்று அவர்கள் முன்னேறிவிடக்கூடும். இனி ஒரு போர் வேண்டாம் என்பதுதான் லெனினின் ஆசை. ஆனால் அதற்காக கைகளைக் கட்டிக் கொண்டு சும்மா இருக்க முடியாது.

ராணுவ அதிகாரிகளை அழைத்துப் பேசினார் லெனின்.

'இப்போதைய சூழலில் நம்மால் ஒரு போரை எதிர்கொள்ள முடியுமா?'

'நிச்சயம் முடியாது. நம்மிடம் ஆயுதங்கள் இல்லை. வீரர்கள் அணிந்து கொள்ள சீருடைகள் இல்லை. காலணிகள் கூட இல்லை. இனிமேல்தான் இவற்றை எல்லாம் உருவாக்க வேண்டும்.'

'ஆயுதங்கள்தானே பிரச்னை. கவலைப்படாதீர்கள். தயாரித்து விடலாம்.'

அந்த நிமிடம் தொடங்கி, தேசத்திலுள்ள அத்தனைத் தொழிற் சாலைகளும் ஆயுதங்கள் தயாரிக்க ஆரம்பித்தன. பகல், மதியம்,

இரவு, மூன்று வேளைகளும் இயந்திரங்கள் ஓயாமல் இயங்க ஆரம்பித்தன. ஒருவர் மாற்றி ஒருவர் என்று அனைவரும் வேலை செய்துகொண்டே இருந்தனர்.

செலவுக்குப் பெரும் முதலாளிகளிடமிருந்து உடைமைகள் பறி முதல் செய்யப்பட்டன. அவர்களது சொத்துக்கள் முடக்கப் பட்டன.

தயாரிக்கப்பட்ட ஆயுதங்களும், சீருடைகளும், காலணிகளும், உணவு பொருள்களும் போர் முனைக்கு அனுப்பி வைக்கப் பட்டன.

தேசத்திலிருந்து பொங்கி வரும் ஆதரவைக் கண்டு நெகிழ்ந்து போன வீரர்கள் துடிப்புடன் போரைத் தொடர்ந்தனர்.

ரஷ்யா, வெற்றியை நோக்கி முன்னேறிக் கொண்டிருந்தது.

ரஷ்யாவின் திடீர் வேகத்தைக் கண்டு அசந்து போனது ஜெர்மனி. பயந்தும் விட்டது. உனக்கும் வேண்டாம், எனக்கும் வேண்டாம். பழைய ஒப்பந்தத்துக்குப் பதிலாக புதிதாக வேறோர் ஒப்பந்தத்தை உருவாக்கிக் கொள்ளலாம் என்றது ஜெர்மனி. தான் கைப் பற்றியிருந்த பகுதிகளைத் திரும்ப அளிக்கவும் ஒப்புக் கொண்டது. இந்த வெற்றி, சோவியத்தைப் பெருமை கொள்ளச் செய்தது.

புதிய சோவியத் அரசாங்கம் பூரிப்புடன் செழித்துக் கொண்டிருப் பதை பிரிட்டனால் ஏற்றுக் கொள்ள முடியவில்லை. 'போல்ஷ் விக் குழந்தையின் கழுத்தை நெறித்துக் கொல்ல வேண்டும்!' என்று பகிரங்கமாக அறிவித்தார் வின்ஸ்டன் சர்ச்சில்.

இந்த ஆதங்கத்துடன் முதல் உலகப்போர் முடிவுக்கு வந்தது.

புதிய சோவியத் அரசுக்குக் கொடி தயாரிக்க வேண்டிய பொறுப்பு ஓர் ஓவியரிடம் ஒப்படைக்கப்பட்டிருந்தது. சிவப்பு வண்ணக் கொடி. நடுவே ஒரு வாள். அட்டகாசமாக வடி வமைத்து லெனினிடம் கொண்டு சென்றார் அந்த ஓவியர்.

லெனின் அந்தக் கொடியை உற்றுப் பார்த்தார்.

'சிவப்பு வண்ணம் சரி. அதென்ன மையத்தில் எதையோ வரைந் திருக்கிறீர்களே!'

'அது வீர வாள்.'

'ஓ, சரி எதற்காக இந்த வாள்?'

'அது... அது... ஆங், வாள் என்பது வீரத்தின் சின்னம் அல்லவா? அதற்காகத்தான் வைத்தேன். உங்களுக்குப் பிடித்திருக்கிறது தானே?'

'இல்லை. பிடிக்கவில்லை. நமக்கு வீரம் இப்போதைக்கு அவசியமில்லை. நாடு பிடிக்கவும், பிறரிடமிருந்து பொருளை அபகரிக்கவும்தான் இந்த வாள் தேவைப்படும். அப்படிப் பட்டவர்களுக்கு எதிரானவர்கள் நாம். புரிகிறதா?'

இறுதியில், அந்தக் கொடியில் இடம்பெற்ற சின்னங்கள் இவை: சம்மட்டி. அரிவாள். அவ்வளவுதான்.

பள்ளிகளைச் சீரமைக்கும் பணி முடுக்கிவிடப்பட்டது. எல்லோ ருக்கும் கல்வி இலவசம். குழந்தைகள் என்றில்லை. வயதானவர் கள், ஆண்கள், பெண்கள் அனைவருக்கும் அழைப்பு. 'தொழி லாளர்களே, உங்கள் வேலைகளை முடித்துவிட்டு, சம்மட்டியை வெளியில் வைத்துவிட்டு, உள்ளே வந்து படியுங்கள். தொழி லாளர்களே, வேலையை முடித்துவிட்டீர்களா? சரி, இப்போது எங்கே போய் கொண்டிருக்கிறீர்கள்? வீட்டுக்கா? அதற்குள் என்ன அவசரம் தோழரே. ஒரு நடை பள்ளிக்கூடத்துக்கு வாருங் களேன். உங்கள் நண்பர்கள் அத்தனைப் பேரும் இங்கேதான் இருக்கிறார்கள்.'

விவசாயிகளுக்கு தனிப் பள்ளிகள். அவர்கள் வேலை செய்யும் நிலங்களை ஒட்டியே அமைக்கப்பட்டன. வசதியாக வாசிக் கலாம்.

'எல்லோருக்கும் பொதுவான ஓர் அறிவிப்பு இது. பிறரைச் சுரண்டுவதற்கும், உங்களை மற்றவர்களிடமிருந்து வேறு படுத்திக் காட்டுவதற்கும் அல்ல கல்வி. நீங்கள் வளம் பெற வேண்டும். உங்கள் சுற்றத்தார் வளம் பெற வேண்டும். சோவியத் வளம் பெற வேண்டும். ஆகவே, தோழர்களே, அனைவரும் வாசிக்கக் கற்றுக் கொள்ளுங்கள்.'

என்னென்னவோ செய்கிறார். எல்லாம் சரி. ஆனால், இத்தனைப் பெரிய பூமிப் பந்தில் ஒரே ஒரு பகுதி மட்டும் சோவியத் தேசமாக, ஏழை மக்களின் தேசமாக நீடிக்க முடியுமா? பக்கத்திலேயே முதலாளித்துவ நாடுகளை வைத்துக் கொண்டு இவர்கள் என்ன

செய்வார்கள்? கதவுகளை இழுத்து மூடிக் கொள்வார்களா? ஆம் எனில், பொருளாதாரம் என்னத்துக்கு ஆகும்? ஏற்றுமதி, இறக்குமதி எதுவுமே இருக்காதா?

எதிர் கேள்வி கேட்ட மென்ஷ்விக்குகளையும் கலகக்காரர்களையும் சாந்தப்படுத்தினார் லெனின்.

'அப்படியில்லை தோழர்களே. முதலாளித்துவ நாடுகளுடன் வர்த்தகம் செய்யாமல் இருக்க முடியாது. உண்மைதான். நாம் நம்மை பலப்படுத்திக் கொள்ள இந்த வர்த்தகம் இன்றியமையாதது. இப்படிச் செய்வதன் மூலம், நாம் அவர்களை, அவர்களது கொள்கைகளை ஆதரிக்கிறோம் என்று வாதிடுவது தவறானது.

எந்த தேசத்து தொழிலாளர்களாக இருந்தாலும் சரி. அவர்களது போராட்டத்துக்கு சோவியத் கைகொடுக்கும். அவர்களது போராட்டங்களை ஊக்குவிக்கும். அவர்களது மேன்மைக்கு பாடுபடும்.

எந்த தேசத்தையும் சோவியத் ஆக்கிரமிக்காது. பிறருடைய வளங்கள் மீது ஆசை வைக்காது.'

●

1919, மார்ச் 2-ம் தேதி ஆன்னாவின் கணவர், மார்க் இறந்து போனார். டைஃபாய்ட் காய்ச்சல். ஜாரால் கொல்லப்பட்ட அலெக்ஸாந்தரின் நண்பர் மார்க். ஆன்னாவை காதலித்து திருமணம் செய்து கொண்டவர். லெனின் மறைவிடம் தேடி நாடு விட்டு நாடு ஓடிக் கொண்டிருந்தபோது ஆன்னாவையும், அவரது தாயாரையும் அருகில் இருந்து கவனித்துக் கொண்டவர் இவர் தான்.

பெட்ரோகிராட்டில் நடைபெற்ற மார்க்கின் இறுதிச் சடங்கில் கலந்து கொண்டார் லெனின்.

●

தனி நபர் சொத்து இருந்தால் தானே சுரண்டல் ஏற்படும். சொத்தே இல்லாமல் போனால்? எல்லாமே எல்லோருக்கும் பொது என்று ஆகிவிட்டால்? கம்யூனிஸத்தின் ஆதாரம் இதுதான். ஆனால், லெனினால் கம்யூனிஸத்தை நடைமுறையில் செயல்படுத்த

முடியவில்லை. ஏகப்பட்ட தடைகள். தரிசாகக் கிடந்த நிலங் களை பிடுங்கிக் கொண்டால்கூட எதிர்ப்பு கிளம்பியது. நில உடைமையாளர்கள் திமிறினார்கள். அரசாங்கம் எங்களை மலைப்பாம்பு போல் விழுங்குகிறது என்று அலறினார்கள். கூப்பாடு போட்டார்கள்.

லெனினுக்குப் புரிந்துவிட்டது. இன்னமும் காலம் கனிய வில்லை. கனவு தேசத்தை ஏற்படுத்த வேண்டும் என்று ஆசை தான். ஆனால், நடைமுறை ஒத்துழைக்கவில்லை. என் கனவை ஏற்றுக் கொள்ளுங்கள் என்று பலவந்தமாக திணிப்பதில் பயன் ஏதும் இல்லை. விட்டுக் கொடுப்பதைத் தவிர வேறு வழி யில்லை.

விட்டுக் கொடுத்தார்.

புதிய பொருளாதாரத் திட்டம் (New Economic Policy) மார்ச் 21, 1921 அன்று நடைமுறைக்கு வந்தது. இறுக்கமாக இருந்த சட்டங்கள் சிறிது சிறிதாக தளர்த்தப்பட்டன. 'விவசாயிகளே, உங்கள் உடைமைகளை நீங்களே வைத்துக் கொள்ளுங்கள். ஒரு கொபேக்கைக் கூட உங்களிடமிருந்து அரசாங்கம் பிடுங்கிக் கொள்ளாது. மகிழ்ச்சிதானே?'

'என்ன திடீரென்று பல்டி அடித்துவிட்டீர்கள். உங்கள் முயற்சி தோல்விதானே?' என்று கேட்கப்பட்டபோது, லெனின் அமைதி யாகப் புன்னகைத்துக் கொண்டே சொன்னார். 'சோஷலிசத்தை முழுமையாக அமல்படுத்தும் அளவுக்கு நாம் இன்னமும் நாகரிகம் அடையவில்லை, தோழரே.'

உண்மைதான். விவசாயத்தை நம்பிதான் தேசமே இயங்கிக் கொண்டிருக்கிறது. தொழிற்சாலைகள் மிக மிகக் குறைவு. எல் லோருக்கும் எல்லாமும் கிடைத்துவிடவில்லை. சாலைகள் இல்லை. ரயில் நிலையங்கள் இல்லை. மின்சாரம் இல்லை. முழுமையான சோஷலிசம் மலர வேண்டுமானால் முதலில் தேசம் தன்னிறைவு பெறவேண்டும். அதற்கு சில முடிவுகள் அத்தியாவசியம்.

லெனின் அளவுக்குக் கனவு கண்ட இன்னொரு நபரைக் காண்பது அபூர்வம். தினம் தினம் நூறு கனவுகள் காண்பார். எல்லாமே பிரம்மாண்டமானவை, வண்ணமயமானவை. சோஷலிசம் பூக்க வேண்டும் என்று ஒரு கனவு. சுரண்டும் வர்க்கம் இருக்கக் கூடாது

என்று ஒரு கனவு. காலில் செருப்பு இல்லாமல் சாக்கடையில் இறங்கி குப்பை பொறுக்கும் குழந்தைகள் இருக்கக் கூடாது என்று ஒரு கனவு. இன்னமும் நிறைய.

அதற்காக எத்தனை புதிய திட்டங்களை வேண்டுமானாலும் கொண்டு வரவும் அவர் தயார். கனவுகள் நனவாக வேண்டும். அவ்வளவுதான்.

பெரிய தொழிற்சாலைகள் அனைத்தும் அரசாங்கத்தின் நேரடிக் கட்டுப்பாட்டின் கீழ் செயல்படும். கரி, இரும்பு, மின்சார உற் பத்தியை அரசாங்கம் பார்த்துக் கொள்ளும். ஆனால் முன்போல் கெடுபிடிகள் அதிகம் இருக்காது. நோண்டி நோண்டி ஆயிரம் கேள்விகள் கேட்க மாட்டார்கள். அந்த வரி, இந்த வரி என்று ஆயிரத்தெட்டு வரிகள் இருக்காது. வர்த்தகம் எளிமையாக்கப் படும். அயல் நாட்டு வர்த்தகம் செய்தால் உற்பத்தி பெருகுமா? சரி, செய்.

உணவு விநியோகம், உற்பத்தி இரண்டும் முடுக்கிவிடப்பட்டன. விவசாயிகளுக்கு பல பிரத்தியேக சலுகைகள் அளிக்கப்பட்டன. கூட்டுறவு பண்ணைகளை உருவாக்க முயற்சிகள் மேற்கொள்ளப் பட்டன. விவசாயத்தில் நவீனக் கருவிகளைப் புகுத்தவும் சோவியத் அரசு விரும்பியது.

ரஷ்யா மாற ஆரம்பித்தது.

●

1920, ஏப்ரல். லெனினின் ஐம்பத்து ஒன்றாம் பிறந்த நாளைக் கொண்டாட தடபுடலான ஏற்பாடுகள் நடந்து கொண்டிருந்தன. தவிரவும், அக்டோபர் புரட்சியின் மூன்றாம் ஆண்டு விழாவை யும் இணைத்துக் கொண்டாடுவதுதான் திட்டம்.

மாஸ்கோவிலுள்ள கட்சி அலுவலகத்தில் விழா தொடங்கியது. ஒட்டுமொத்த ரஷ்யாவும் அங்கு திரண்டிருந்தது. நதேஷ்தாவும் மரியாவும் பெருமை பொங்க அமர்ந்திருந்தனர். பிரபல எழுத் தாளரும் லெனினும் நண்பருமான மாக்ஸிம் கார்க்கி தனது கனத்த மீசையைத் தடவியபடி அமர்ந்திருந்தார்.

நேரம் ஆகிவிட்டது. லெனினைக் காணோம். மக்கள் தவியாகத் தவித்துக் கொண்டிருந்தனர். சரி, கூட்டத்தைத் தொடங்கலாம், அவர் வந்துவிடுவார் என்று முடிவு செய்த தோழர்கள் நாடகம், இசை என்று ஒவ்வொரு நிகழ்ச்சியாக அரங்கேற்றினர்.

லெனினுடன் தான் பழகிய நாட்களை, தனது அனுபவங்களை சுவையாக எடுத்துக் கூறினார் மாக்ஸிம் கார்க்கி. ஒவ்வொரு வாக்கியத்தைப் பேசி முடித்தபின்னும் அவர் மேடையை திரும்பித் திரும்பி பார்த்துக் கொண்டே இருந்தார். லெனின் வரவில்லை.

அவர் கலந்து கொள்ளாமலேயே நிகழ்ச்சி முடிந்துவிடுமோ என்ற கவலை அனைவரையும் அரிக்கத் தொடங்கி நேரம், லெனின் வந்து சேர்ந்தார்.

உற்சாக ஆரவாரம் பெருக ஆரம்பித்தது.

'தோழர் லெனின் உரையாற்ற வேண்டும்.'

புன்னகை செய்துகொண்டே மேடையேறினார் லெனின்.

'பிறந்த நாள் வாழ்த்து செய்தி அனுப்பிய உங்கள் அனைவருக் கும் என் நன்றி.' சிறிது இடைவெளி விட்டு தொடர்ந்தார். 'என்னைப் பற்றிய பாராட்டுரைகளை நான் கேட்டுதான் ஆகவேண்டும் என்று கட்டாயப்படுத்தாமல் இருந்ததற்காக மற்றொரு நன்றி.'

அவ்வளவுதான்.

●

1922 மே மாதம் லெனின், நதேஷ்தா, மரியா மூவரும் கார்க்கி என்னும் ஊருக்குச் சென்றனர். சிறிய தூய்மையான கிராமம். இந்தச் சிறிய விடுமுறை நிச்சயம் லெனினுக்கு உதவும் என்று நம்பினார் நதேஷ்தா. அவர் எதிர்பார்த்தபடியே உற்சாகத்துடன் இருந்தார் லெனின்.

'நதேஷ்தா, வா சிறிது நேரம் உலாவிவிட்டு வரலாம்.'

கைகளைக் கோத்துக் கொண்டு, கதை பேசிக் கொண்டே நடந்தார்கள். மஞ்சள் சிறகுகளுடன் பறந்து கொண்டிருந்த குருவிகளை ஆர்வத்துடன் கண்டு ரசித்தார் லெனின்.

'நதேஷ்தா, அங்கே பார். எத்தனை அழகான சட்டைகளை அவை உடுத்திக் கொண்டிருக்கின்றன.'

அருகிலிருந்த குளக்கரைக்குச் சென்றனர். அங்கு விளையாடிக் கொண்டிருந்த சிறுமியை அருகில் இழுத்து வைத்து பேசினார்.

இனிமையான சுற்றுலாவாக அது அமைந்தது. அக்டோபர் தொடக்கம் வரை கார்க்கியில் தங்கியிருந்துவிட்டு, அவர்கள் மாஸ்கோ வந்தடைந்தனர்.

●

மாநாடு, அலுவலகம், கூட்டம் என்று பம்பரமாக சுழன்று கொண்டே இருந்த லெனின் திடீரென்று படுக்கையில் விழுந் தார். அதிகமாக வேலை செய்ய முடியவில்லை. வாசிக்க முடிய வில்லை. பொதுக்கூட்டங்களில் கலந்து கொள்ள முடிய வில்லை. எளிமையான ஒரு வேலையைச் செய்வதற்குக்கூட மிகவும் பிரயத்தனப்பட வேண்டியிருந்தது.

அவரைப் பரிசோதித்துப் பார்த்த மருத்துவர்கள், அந்தப் பக்கம், இந்தப் பக்கம் நகரக் கூடாது. ஒரு துரும்பைக்கூட கிள்ளிப் போடக் கூடாது என்று கடுமையாக எச்சரித்தனர். லெனின் கேட்க வில்லை. அலுவலக கோப்புகளை வீட்டுக்கு வரவழைத்து பார்த்து கொண்டிருந்தார்.

டிசம்பர் 23-ம் தேதி லெனினின் வலது காலும் வலது கையும் செயலிழந்தன. இனியாவது நாங்கள் சொல்வதைக் கேளுங்கள் என்று நதேஷ்தாவும் தோழர்களும் மன்றாடிக் கேட்டுக் கொண் டார்கள்.

'சரி, நான் வேலை செய்யவில்லை' என்று உறுதிமொழி அளித்த லெனின், ஓர் உதவியாளரை தன்னருகில் அமர்த்திக் கொண்டார்.

லெனினை மீண்டும் கார்க்கிக்கு அழைத்துச் சென்றார் நதேஷ்தா.

ஒரு சிறிய அறை அது. ஜன்னலுக்கு அருகே உள்ள கட்டிலில் படுத்திருந்தார் லெனின். பேசும் திறனையும் அவர் சிறிது சிறிதாக இழந்து கொண்டிருந்தார். உதடுகள் அசையும். ஏதோ சொல்லத் துடிப்பார். ஆனால், வார்த்தைகள் வெளியில் வராது.

எந்த வேலையும் செய்யாமல் முடங்கிக் கிடப்பதை வெறுத்த அவர், சில சமயம், இடது கையால் ஒரு கம்பை ஊன்றியபடி நடக்க முயற்சி செய்வார். அல்லது, ஒரு காகிதத்தையும் பேனா வையும் கொண்டு வரச் சொல்லி, இடது கையால் எழுத முடியுமா என்று முயற்சி செய்வார்.

சிரமமாகத்தான் இருக்கும். ஆனால் என்ன? செயலற்று கிடப்பதை விட ஏதாவது செய்து சிரமப்படுவது மேலானது அல்லவா?

நதேஷ்தா பல முறை உடைந்து அழுதுவிடுவார். எத்தனை முயன்றும் அவரால் தன் அழுகையைக் கட்டுப்படுத்திக் கொள்ள முடியாது. லெனின் விழித்திருக்கும் வரை, அவர் கைகளைப் பிடித்து மெலிதாக நீவிவிட்டபடி அமர்ந்திருப்பார். அல்லது ஜன்னல் வழியாக விரியும் காட்சிகளைப் பார்த்து கதைகள் சொல்வார், குழந்தைகளுக்கு கதை சொல்வதைப் போல.

சிரிக்கவும் சிறிது பேசவும் கற்றுக் கொள்ள முயன்று வெற்றி பெற்றார் லெனின். திக்கித் திணறி அவர் பேசிய வார்த்தைகள் இவைதான்.

'நதேஷ்தா, எனக்குத்தான் சரியாகிவிட்டதே. நாம் ஏன் மாஸ்கோ திரும்பக் கூடாது?'

•

கார் மாஸ்கோவைத் தொட்டதுதான் தாமதம். காரிலிருந்து எழுந்து நின்று, தொப்பியை தூக்கி தலை மீது வைத்து ஆட்ட ஆரம்பித்துவிட்டார் லெனின். இதோ ரஷ்யாவுக்கு வந்து விட்டேன்.

கிரெம்ளின் மாளிகையைச் சுற்றிச் சுற்றி வந்தார். மாஸ்கோ முழுவதும் காரில் சுற்றினார். தொழிற்சாலைகளை கூர்ந்து கவனித்தார். காரை நிறுத்தி, நலம் விசாரித்த மக்களிடம் உற்சாகத்துடன் பேசினார்.

மாலை வீடு திரும்பியதும் நதேஷ்தாவை அழைத்தார்.

'கதை கேட்க வேண்டும்போல் இருக்கிறது. ஏதாவது கதை சொல்லேன்.'

லெனினின் தோளை வாஞ்சையுடன் தடவிக் கொடுத்த நதேஷ்தா, ஜாக் லண்டன் எழுதிய ஒரு சிறுகதையை பிரித்து வைத்து படிக்க ஆரம்பித்தார்.

10. லெனின் தேசம்

ஜனவரி 22. 1924. போல்ஷோய் திரையரங்கத்தில் (Bolshoi Theatre) கட்சி உறுப்பினர்கள் திரண்டிருந் தனர். அவர்களை உற்றுப் பார்த்தார் தோழர் காலினின். இவர்களிடம் எப்படிச் சொல்வது? என்னவென்று சொல்வது? ஒரே வரியில் சொல்லக்கூடிய செய்தியா இது?

திக்கித் திக்கித்தான் பேசினார் காலினின்.

'தோழர்களே, அனைவரும் ஒரு நிமிடம் அமைதி யாக எழுந்து நிற்க வேண்டுகிறேன்.'

மறுப்பு காட்டாமல் அனைவரும் சடாரென்று எழுந்து நின்றனர். ரத்த ஞாயிறு சம்பவத்தின் 90-வது நினைவு அஞ்சலி கூட்டத்துக்காகத்தான் அவர்கள் உண்மையில் திரண்டிருந்தனர். ஆகவே, ஒரு மௌன அஞ்சலியை அவர்கள் எதிர்பார்த்திருந்தனர். எழுந்து நின்றனர்.

காலினின் இதயம் வேக வேகமாக துடித்துக் கொண் டிருந்தது. இதோ, ஒரு நிமிடம் முடியப் போகிறது. என்ன சொல்லப் போகிறேன்?

'தோழர்களே!'

காலினின் தழுதழுத்த குரலைக் கேட்டு அவர்கள் நிமிர்ந்து பார்த்தனர்.

'அதிர்ச்சியான ஒரு விஷயத்தை நான் உங்களுக்குச் சொல்லப் போகிறேன்.'

கூட்டத்தில் கனத்த அமைதி நிலவியது. அடைத்துக் கொண்ட தொண்டையை சரி செய்தபடி மெலிதாகப் பேசினார் காலினின்.

'தோழர் லெனினின் உடல்நலம்...'

அவ்வளவுதான். வாக்கியத்தை அவர் முடிக்கக்கூட இல்லை. 'ஆ, ஐயோ' என்று பலர் அலற ஆரம்பித்துவிட்டனர்.

'அவர் உடல் நலம் நன்றாகத்தான் இருந்தது. அதாவது நேற்று கூட அவர் நன்றாக இருந்தார். ஆனால்...'

அதற்கு மேல் பேச முடியாமல், வெடித்து அழ ஆரம்பித்து விட்டார் காலினின்.

●

ஒரு செய்தியைச் சொல்ல வேண்டுமென்றால் தேவாலயங்களில் உள்ள மணிகளை ஒலிக்கவிடுவார்கள். புரட்சிக்குப் பிறகு, தொழிற்சாலைகளில் உள்ள சைரன்கள் இப்பணியைச் செய்தன. லெனினின் மறைவை மக்களுக்குத் தெரியப்படுத்தியது இந்த சைரன்கள்தாம்.

லெனின் இனி இல்லை எனில் ரஷ்யாவால் எப்படி உயிர்த்திருக்க முடியும்? இனி நாம் என்ன செய்வோம்? ஜார் மீண்டும் ஆட்சி யில் அமர்ந்துவிடுவாரா? கொடுக்கப்பட்ட நிலங்கள் பிடுங்கப் படுமா? மீண்டும் ரஷ்யாவில் ரத்த ஆறு ஓடுமா? சோவியத் மீண்டும் ரஷ்யாவாக, பழைய ரஷ்யாவாக மாறிவிடுமா?

திரண்டிருந்த தொழிலாளர்களின் மனத்தில் ஆயிரம் ஆயிரம் கேள்விகள்.

ஜெர்மனி மீண்டும் வந்து ரஷ்யாவைத் தாக்கும். ஒட்டுமொத்த ரஷ்யாவையும் ஜெர்மனியுடன் இணைத்துக் கொள்ளும் என்ற பயம் பலரிடம் இருந்தது.

செய்தித்தாள்களில் ஒரு வாரத்துக்கு லெனின் பற்றிய செய்திகள் மட்டுமே இடம் பெற்றன. அனைத்து தொழிற்சாலைகளும்

கடைகளும் ஒரு வார காலத்துக்கு மூடப்பட்டன. திறந்திருந்த கடைகள் கறுப்பு ஆடைகளையும் லெனினின் உருவப் படங் களையும் மட்டுமே விநியோகித்தன.

வெகு தொலைவிலிருந்து வண்டி பிடித்தும், நடந்தும் மக்கள் கார்க்கிக்கு வந்து குவிய ஆரம்பித்தனர். குழந்தைகளை தோள் மீது போட்டுக் கொண்டு வரிசையில் நின்றனர். அமைதியாக, தடித்த கம்பளி ஆடைகளை ஊடுருவி தோலையும் துளைத்துச் சென்று சுட்டது பனி.

லெனினின் உடல் பார்வைக்காக வைக்கப்பட்டிருந்தது.

கோயில் மணிகள் முழங்கவில்லை. ராணுவ அணிவகுப்பு இல்லை. வானத்தை நோக்கி துப்பாக்கியால் சுடும் சடங்குகள் இல்லை. அலங்காரமான வீர வாள்கள் இல்லை.

வரிசை வரிசையாக மக்கள் வந்து கொண்டிருந்தனர். சில விநாடிகள்தாம். நகர்ந்துவிட வேண்டும். கையில் முத்தமிடும் சடங்கும் இல்லை என்பதால் வெறுமனே பார்த்துவிட்டு நகர்ந்துவிட வேண்டியதுதான்.

ஜனவரி 23 முதல் 26 வரை அரை மில்லியனுக்கும் அதிகமான மக்கள், லெனினின் உடலை தரிசிக்கப் பல்வேறு பகுதிகளி லிருந்து திரண்டு வந்தனர்.

●

லெனினின் உடலைப் பரிசோதனை செய்த மருத்துவக் குழு நீண்ட அறிக்கை ஒன்றை வெளியிட்டது. லெனினின் மரணத்துக்கு அவர்கள் முன்வைத்த காரணம் இதுதான். அதிக அளவிலான ரத்தம் குபுகுபுவென்று அவரது மூளைக்குள் பாய ஆரம்பித்ததால் மூளையிலுள்ள ரத்த நாளங்களால் அழுத்தத்தைத் தாங்கிக்கொள்ள முடியவில்லை. விளைவு? நாளங்கள் உடைந்து, மூளை முழு வதும் ரத்தம் பரவிவிட்டது. சுவாசத்தையும் தடை செய்துவிட்டது.

இத்தோடு நிறுத்திக் கொள்ளவில்லை அந்த அறிக்கை. லெனி னின் தோல் என்ன நிறம், அதன் தன்மை என்ன, அவரது இதயம் எப்படி இயங்கியது, அவரது சிறுநீரகத்தின் அளவு என்ன போன்ற மருத்துவக் குறிப்புகளைக்கூடப் பொதுமக்களுக்காக வெளி யிட்டது. தவிரவும், லெனினின் மூளைப்பகுதி கணிசமான அளவுக்கு முன்னரே பாதிப்படைந்திருந்ததை கண்டுபிடித்தது.

இன்னமும் கூட நுட்பமான பல மருத்துவ விஷயங்கள் செய்தித் தாள்களில் வெளிவந்தன. மருத்துவர்களால் மட்டுமே புரிந்து கொள்ளக்கூடிய சலிப்பூட்டும் விவரங்களை ஏன் பொதுமக்கள் பார்வைக்குக் கொண்டு வரவேண்டும்? அதுவும் நீட்டி, முழக்கி?

ரஷ்யர்கள் தங்கள் பதிலை ஆணித்தரமாக இப்படிப் பதிவு செய்தார்கள். 'லெனினைப் பற்றி மேலும் மேலும் அறிந்து கொள்ள நாங்கள் விரும்புகிறோம். அவரைப் பற்றி துரும்பளவு புதிய தகவல் கிடைத்தாலும் அதை நாங்கள் பெருமையுடன் அசைபோடுவோம்.'

ஸ்டாலின், லெனினுக்கு அஞ்சலி செலுத்தும் வகையில் உருக்க மாக உரையாற்றினார்.

'தோழர் லெனின், உங்கள் கட்டளைகளை நாங்கள் நிறை வேற்றுவோம். பாட்டாளி வர்க்கத்தைக் காப்பாற்றுவோம். தொழிலாளர்கள் மற்றும் விவசாயிகளின் கூட்டணியை வலுப் படுத்துவோம். உலகம் எங்கும் உள்ள உழைக்கும் மக்களின் ஒன்றியத்தை விரிவுப்படுத்துவோம். இது உறுதி.'

லெனினின் உடலை பாதுகாக்க வேண்டும் என்று சொல்லி பல ஆயிரக்கணக்கான கடிதங்களும் தந்திகளும் வந்து குவிந்தன.

ஒரு கடிதம்:

> *'எங்கள் மகத்தான தலைவரை எந்தக் காரணத்தைக் கொண்டும் நாங்கள் அளிக்க மாட்டோம். மண்ணோடு மண்ணாகிப் போக வேண்டிய உடல் அல்ல அது. லெனினின் உடலைப் பதப்படுத்த வேண்டும். இன்னும் பல நூற்றுக்கணக்கான ஆண்டுகளுக்கு அவர் நம்முடனே தங்கியிருக்க வேண்டும்.'*

பொலிட் பீரோ கூட்டப்பட்டது. லெனினின் உடலை என்ன செய்வது என்று விவாதித்தார்கள். எரிக்கலாமே என்றனர் சிலர். சொன்னதுதான் தாமதம். எஞ்சியிருந்த அத்தனைப் பேரும் சீறிவிட்டார்கள். 'யாரை? லெனினையா? அவரையா எரிக்கச் சொல்கிறீர்கள்? கூடாது. கூடவே கூடாது. அதற்கு நாங்கள் அனு மதிக்க மாட்டோம். அத்தனை சீக்கிரத்தில் அவரை இழந்துவிட நாங்கள் தயாராக இல்லை.'

லெனினின் உடலைப் பதப்படுத்த வேண்டும் என்பது ஸ்டாலினின் விருப்பம். அத்தனைப் பெரிய தலைவரை வெறும் சாம்பலாக மாற்றுவது மடத்தனம். மக்கள் கொதித்துப் போவார்கள் என்பது அவர் கருத்து. ட்ராட்ஸ்கி, புகாரின் என்று பலர் ஸ்டாலினின் கருத்தை பலமாக எதிர்த்தார்கள். ஆனால், ஸ்டாலின் அசைந்து கொடுக்கவில்லை.

பதப்படுத்தலாம் என்று முடிவு செய்தார்கள்.

சரி. ஆனால் எத்தனைக் காலத்துக்கு? ஒவ்வொருவரும் ஒவ்வொரு கருத்தைச் சொன்னார்கள். நாற்பது நாள்கள் பாதுகாக்கலாம் என்றனர் சிலர். (ரஷ்ய ஆர்தோடாக்ஸ் மதாலயங்களில், நாற்பது முக்கியமான எண். இறந்து போனவர்களுக்குச் செய்யப்படும் பிரார்த்தனைகள் அனைத்தும் நாற்பது நாள்களுக்கு நீடிக்கும்).

மருத்துவக் குழுவினரிடம் கருத்துக் கேட்டார்கள். மூன்று ஆண்டுகள், மிஞ்சிப் போனால், நான்கு ஆண்டுகளுக்கு உடலை பாதுகாக்கலாம் என்றனர் அவர்கள்.

இந்த விவாதங்கள் நடைபெறும்போதே நதேஷ்தா கீழ்கண்ட அறிக்கையை *பிராவ்தா* * இதழில் வெளியிட்டார்.

'தோழர்களே, லெனினின் பெயரால் நினைவு மண்டபங்கள் எழுப்புவதோ, அவருக்காக மாளிகைகள் கட்டுவதோ தேவையற்றது. லெனின் இத்தகையச் செயல்களை விரும்ப மாட்டார் என்று உங்கள் அனைவருக்கும் தெரியும். நம் நாட்டில் ஏழைமை இன்னமும் நீங்கவில்லை. குழப்பம் நீங்கவில்லை. அதற்கு நாம் ஏதாவது செய்யவேண்டும். ஒருவேளை, லெனினுக்காக ஏதாவது செய்துதான் ஆகவேண்டும் என்பதில் நீங்கள் பிடிவாதமாக இருந்தால், பள்ளிக்கூடம் கட்டிக் கொடுங்கள். வீடுகள் கட்டிக் கொடுங்கள். லெனினுக்கு நாம் செலுத்தும் மரியாதை அதுதான்.'

லெனின் மட்டுமல்ல. லெனினின் சகோதரிகள், மரியா, ஆன்னா மற்றும் அவர் சகோதரன் தீமித்ரி போன்றவர்கள்கூட லெனினின் உடலைப் பதப்படுத்தும் யோசனையை நிராகரித்தனர்.

நண்பர்களின் கருத்து இது:

லெனினின் நினைவுகள் போதும். உடல் வேண்டாம்.

* Pravda, January 30, 1924.

எதிரிகளின் கருத்து இது:

லெனினின் நினைவுகள் கூட ஆபத்தானவை. அவர் உடல் அதை விட ஆபத்தானது. எரித்துவிடுங்கள்.

மக்கள் இரண்டு கருத்துகளையும் நிராகரித்தனர்.

'தோழர் லெனினின் நினைவுகள் வேண்டும். தோழர் லெனினும் வேண்டும்.'

●

செஞ்சதுக்கம் (Red Square), மாஸ்கோ. எப்போது போனாலும் அந்தக் கட்டடத்தின் வாசலில் மக்கள் எறும்புகளைப் போல் வரிசையாக நின்றுகொண்டிருப்பார்கள்.

நெருங்கிப் பார்த்தால் இரண்டு தனித்தனி வரிசைகள் இருப்பது தெரியும். ஒன்று ரஷ்யர்களுக்கு. இன்னொன்று அயல் நாடு களிலிருந்து வருபவர்களுக்கு. கொல்லும் பனிக்காலத்தில்கூட, மக்கள் அமைதியாகவே நின்று கொண்டிருப்பார்கள். பெரும் பாலானவர்கள் தங்கள் குழந்தைகளையும் கையோடு அழைத்து வருவார்கள். அவர்கள் காது வரை கம்பளியைச் சுற்றி.

சில சமயம் இரண்டு அல்லது மூன்று மணி நேரங்கள் வரை காத்திருக்க வேண்டியிருக்கும். அல்லது அதற்கு மேல்.

பழுப்பு நிறச் சீருடை அணிந்த பாதுகாவலர்கள் ஆங்காங்கே இருப்பார்கள். மெடல் டிடெக்டரால் உங்கள் உடலை மேய் வார்கள். பாக்கெட்டில் இருப்பதைத் துழாவுவார்கள். உடைமை களை உள்ளே கொண்டு போக முடியாது. நீங்கள், நீங்கள் மட்டும்தான்.

தவிரவும், இரண்டு இரண்டு பேராகத்தான் உள்ளே நுழைய முடியும்.

அந்த அறையை மார்பிள் அறை (Marble Chamber) என்று அழைக் கிறார்கள். வெள்ளையும் கருப்புமாக மார்பிள் பதிக்கப்பட்டிருக் கும். இடையே சிவப்புச் சதுரங்கள்.

அறைக்குள் நுழைந்துவிட்டால் சில நிமிடங்கள் எதுவும் தோன்றாது. வெறுமை மட்டுமே முழுக்க முழுக்க நிறைந்திருப்ப

தாக நீங்கள் நம்புவீர்கள். அதிக வெளிச்சம் இருக்காது. ஒருவரும் ஒரு வார்த்தை கூட பேசமாட்டார்கள் என்பதால் பரிபூரண அமைதி.

அறைக்கு நடுவே நடந்து சென்றால் லெனின் படுத்திருப்பதைக் காணலாம். கறுப்பு சூட். கழுத்தில் டை. அருகில் செல்லலாம், ஓரளவுக்கு நெருக்கமாகவே.

லெனினின் கைகளில் தெரியும் பளபளப்பை பார்க்கும்போது, படுத்திருப்பது பொம்மையோ என்று நினைக்கத் தோன்றும். ஆனால் முகத்தைப் பார்த்தால், அந்தச் சந்தேகம் வராது. வழக்கத்தை விடக் கூடுதல் பிங்க் நிறம். தவிரவும் உயிர்ப்புடன் இருப்பது போன்ற ஓர் உணர்வு.

அந்த உணர்வு கலைவதற்குள் வெளியேறிவிட வேண்டும். அல்லது நிர்பந்திக்கப்படுவீர்கள்.

சில விநாடிகள். மிஞ்சி மிஞ்சிப் போனால் சில நிமிடங்கள். அதற்கு மேல் நிற்க முடியாது. பின்னாலிருந்து மெலிதாக அழுத்துவார்கள்.

'காம்ரேட்...'

பிற்சேர்க்கை – 1

லெனின் காலவரிசை

1870   -   ஏப்ரல், 22-ம் தேதி ஸிம்பீர்ஸ்க் (Simbirsk) நகரில் லெனின் பிறந்தார். இயற்பெயர் விளதீமிர் இலியீச் உலியானவ் (Vladimir Ilich Ulianov).

1886   -   ஜனவரி 22-ம் தேதி லெனினின் தந்தை இலியா உலியானாவின் மரணம்.

1887   -   அலெக்ஸாந்தர் உலியானவ், ஜார் அரசாங்கத்தால் தூக்கிலிடப்படுகிறார்.

1887   -   செப்டம்பர் மாதம், கஸான் (Kazan) பல்கலைக் கழகத்தில் இணைகிறார் லெனின். ஆர்ப்பாட்டத் தில் ஈடுபட்டதற்காக டிசம்பரில் கைது செய்யப் படுகிறார்.

1888-89 -   சட்டம் பயில ஆரம்பிக்கிறார்.

1892   -   வழக்கறிஞராகப் பணிபுரிவதற்கான அனுமதி கிடைக்கிறது.

1893   -   செயின்ட் பீட்டர்ஸ்பெர்க் பயணம். மார்க்ஸிய குழுக்களுடன் பரிச்சயம்.

1895	-	ஐரோப்பிய பயணம். நாடுகடத்தப்பட்ட ரஷ்ய, ஐரோப்பிய புரட்சியாளர்களுடன் சந்திப்பு. டிசம்பர் மாதம் கைது.
1897	-	சைபீரியாவுக்கு நாடு கடத்தப்படுகிறார்.
1898	-	மார்ச் மாதம் ரஷ்ய சோஷியல் டெமாக்ரெடிக் லேபர் பார்ட்டி (Russian Social Democratic Labor Party) தொடங்கப்படுகிறது.
1898	-	ஜுலை மாதம் நதேஷ்தாவுடன் திருமணம்.
1899	-	லெனின் எழுதிய 'முதலாளித்துவத்தின் வளர்ச்சி, (The Development of Capitalism) என்னும் நூல், ஏப்ரல் மாதம் அச்சிடப்படுகிறது.
1900	-	சைபீரிய வாசம் ஜனவரி மாதம் நிறைவடைகிறது. மார்ச் மாதம் ஸ்கோவ் (Pskov) திரும்புகிறார். செப்டம்பர், மூனிச் நகருக்கு வந்து சேர்கிறார். வருட இறுதியில், இஸ்க்ரா (Iskra) பத்திரிகையின் முதல் பிரதி வெளியிடப்படுகிறது.
1901	-	உஃபாவுக்கு (Ufa) நாடு கடத்தப்பட்டிருந்த நதேஷ்தா, தண்டனை காலம் முடிந்து, லெனினுடன் இணைகிறார். முதல் முறையாக, 'லெனின்' என்னும் புனைப்பெயரைச் சூட்டிக் கொள்கிறார் விளதீமிர்.
1902	-	லெனினின் 'என்ன செய்ய வேண்டும்?' (What is to be done?) என்னும் நூல் வெளியாகிறது.
1903	-	ஜெனிவாவில் சிறிது காலம் தங்கிவிட்டு, லண்டனுக்குக் குடிபெயர்கிறார்.
1903	-	ஜுலை மாதம், கட்சி இரண்டாக உடைகிறது. போல்ஷ்விக்குகள், மென்ஷ்விக்குகள் என்னும் இரு வேறு பிரிவுகள் உதயமாகின்றன.
1905	-	வைபெரோட் (Vyperod) என்னும் புதிய பத்திரிகையை ஆரம்பிக்கிறார் லெனின். செயின்ட் பீட்டர்ஸ்பெர்க் கலவரம். புரட்சி வெடிக்கிறது.

1905 - ஏப்ரல் மாதம் மூன்றாவது காங்கிரஸ் நடைபெறுகிறது. மென்ஷ்விக்குகள் இதில் கலந்துகொள்ளவில்லை. நவம்பர் மாதம் செயின்ட் பீட்டர்ஸ்பெர்க் வந்து சேர்கிறார்.

1907 - ஃபின்லாந்து தப்பிச் செல்கிறார் லெனின்.

1908 - ஜெனிவாவுக்குக் குடிபெயர்கிறார் லெனின்.

1909 - பாரிஸ் பயணம்.

1910 - ஆகஸ்ட் மாதம் இத்தாலியில் மாக்ஸிம் கார்க்கியைச் சந்திக்கிறார்.

1912 - தனி பெரும் அரசியல் கட்சியாக போல்ஷ்விக் கட்சி வளர்ச்சி பெறுகிறது. பிராவ்தா (Pravda) முதல் இதழ் ரஷ்யாவில் வெளியாகிறது.

1914 - ஆகஸ்ட் மாதம் ஜெர்மனி, ரஷ்யா மீது போர் தொடுத்து, முதல் உலகப் போரைத் தொடங்கி வைக்கிறது. லெனின் சுவிட்ஸர்லாந்துக்கு தப்பிச் செல்கிறார்.

1916 - 'ஏகாதிபத்தியம்-முதலாளித்துவத்தின் உச்சக்கட்டம்' என்னும் நூலை லெனின் எழுதி முடிக்கிறார்.

1917 - **மார்ச்:** ஜார் பதவி விலக, தாற்காலிக அரசு அமைகிறது.

ஏப்ரல்: ஜெர்மனி வழியாக பெட்ரோகிராட் வந்து சேர்கிறார் லெனின்.

மே: போல்ஷ்விக்குகளின் ஏழாவது காங்கிரஸ் கூட்டம்.

ஜுலை: ஃபின்லாந்துக்குத் தப்பிச் செல்லும் லெனின், அக்டோபர் மாதம் ரஷ்யா திரும்புகிறார்.

அக்டோபர்: புரட்சி வெற்றி பெற்று, புதிய சோவியத் மலர்கிறது.

1918 - மார்ச் 5ம் தேதி ஜெர்மனியுடன் போர் நிறுத்த உடன்படிக்கை. ஆகஸ்ட் மாதம் ஒரு கொலை முயற்சியிலிருந்து உயிர் தப்பிக்கிறார் லெனின்.

1919	-	மார்ச் மாதம் கம்யூனிஸ்ட் அகிலம் (Communist International (Comintern)) உருவாகிறது
1921	-	புதிய பொருளாதார கொள்கை (New Economic Policy) அறிமுகப்படுத்தப்படுகிறது.
1922	-	மே மாதம், லெனினுக்கு முதல் மாரடைப்பு ஏற்படு கிறது.
1922	-	நவம்பர் 20ம் தேதி லெனினின் கடைசி சொற் பொழிவு கூட்டம்.
1922	-	டிசம்பர் 30ம் தேதி சோவியத் சோஷலிச ஒன்றியம் (Union of Soviet Socialist Republics (USSR)) உருவாகிறது.
1922-23	-	லெனின் தனது இறுதி கடிதங்களை எழுதுகிறார். பின்னாள்களில், இவை லெனினின் உயிலாக மாறு கின்றன.
1923	-	மார்ச் இரண்டாம் தேதி லெனின் தனது இறுதி படைப்பை எழுதுகிறார். சோவியத் அரசாங்கத்தை சீரமைப்பது பற்றிய கட்டுரை அது.
1923	-	மார்ச் 9-ம் தேதி, மூன்றாவது மாரடைப்பு ஏற்படு கிறது. பேசும் திறனை இழக்கிறார். மே 12-ம் தேதி, கார்க்கிக்கு அழைத்துச் செல்லப்படுகிறார்.
1924	-	ஜனவரி 21-ம் தேதி, மரணம்.

பிற்சேர்க்கை – 2

உதவிய நூல்கள் / இணையத்தளங்கள்

நூல்கள்

1. Russia A History of the Soviet Period, Woodford McClellan, Patience-Hall

2. The Communist Party of the Soviet Union, Leonard Schapiro, Methuen & Co Ltd.

3. The Childhood and School Years of Vladimir Ulyanov, Anna Ulyanova, Malysh Publishers

4. Lenin, A Biography, Progress Publishers

5. Ten Days That Shook the World, John Reed, Progress Publishers

6. The Russian Revolution : A Very Short Introduction, S.A. Smith, Oxford University Press

7. The USSR (-) A Short History, K.Gusev, V.Naumov, Progress Publishers

8. On Lenin, Leon Trotsky, Oxford University Press

9. Lenin Lives! The Lenin Cult in Soviet Russia, Nina Tumarkin, Harvard University Press

10. Lenin: A Biography, Progress Publishers

11. The Stalin Era, Anna Louise Strong, Mainstream Publishers

12. Stalin, Leon Trotsky, Panther History

13. Conversations with Stalin, Milovan Djilas, Harvest/HBJ Book

14. Critical Remarks on the National Question, Lenin, Progress Publishers

மருதன்

15. Can the Bosheviks Retain State Power? Lenin, Progress Publishers

16. The Sword and the Shield: The Mitrokhin Archive and the Secret History of the KGB, Christopher Andrew, Vasili Mitrokhin, Basic Books

17. The Mitrokhin Archive: The KGB in Europe and the West. Gardners Books Mitrokhin, Vasili; Christopher Andrew (2000).

18. ரஷ்யப் புரட்சி, என். ராமகிருஷ்ணன், கிழக்கு பதிப்பகம்.

19. வி.இ. லெனின் - சுருக்கமான வாழ்க்கை வரலாறு, முன்னேற்றப் பதிப்பகம்.

20. லெனினும் ரஷ்யப் புரட்சியும், கிறிஸ்டோபர் ஹில், தமிழில்: நா. தர்மராஜன், அலைகள் வெளியீட்டகம்.

21. வரலாற்று நோக்கில் ஜோசப் ஸ்டாலின் வாழ்வும் காலமும், எம்.ஆர். அப்பன், அலைகள் வெளியீட்டகம்.

22. சோவியத் ஆட்சியதிகாரமும் விவசாயிகளின் நிலைமையும், லெனின், முன்னேற்றப் பதிப்பகம்.

23. 'என்ன செய்ய வேண்டும்?' - லெனின், முன்னேற்றப் பதிப்பகம்.

24. லெனின், கார்க்கி, சந்தியா பதிப்பகம்.

25. லெனின், ஸ்டாலின், புதிய ஜனநாயகம்.

26. தாராளவாதமும் அதற்கு எதிராக மார்க்ஸியமும், புதிய ஜனநாயகம்.

27. ஸ்டாலின் தேர்தல் உரைகள், புதிய ஜனநாயகம்.

இணையத்தளங்கள்:

Reminiscences of Lenin, Nadezhda K. Krupskaya

http://www2.cddc.vt.edu/marxists/archive/krupskaya/works/rol/index.htm

On Communist Ethics, Nadezhda K. Krupskaya

http://www2.cddc.vt.edu/marxists/archive/krupskaya/works/ethics.htm

Lenin Internet Archive

http://www.marxists.org/archive/lenin/index.htm

Lenin Mausoleum

http://www.aha.ru/~mausoleu/

---

www.ingramcontent.com/pod-product-compliance
Lightning Source LLC
Chambersburg PA
CBHW030254070526
44654CB00045B/1024
* 9 7 8 8 1 8 3 6 8 3 3 1 9 *